വിജ്ഞാനവർഷം

പുസ്തകം 117

അഞ്ച് റൊമാന്റിക് കവികൾ

anju romantic kavikal

•

bitter c mukkolakkal

•

first edition
march 2015

•

second impression
january 2021

•

typesetting
shaji joseph

•

published
chintha publishers, thiruvananthapuram

•

printed
romanson print house, thiruvananthapuram

•

cover
suresh

വിതരണം .

ദേശാഭിമാനി ബുക്ക് ഹൗസ്

H O തിരുവനന്തപുരം-695 035
phone: 0471-2303026, 6063026
www.chinthapublishers.com
chinthapublishers@gmail.com

ബ്രാഞ്ചുകൾ

ഹെഡ്ഡാഫീസ് ബ്രാഞ്ച് കുന്നുകുഴി • സ്റ്റാച്യു തിരുവനന്തപുരം • കെ എസ് ആർ ടി സി ബസ് സ്റ്റേഷൻ ആലപ്പുഴ • കെ എസ് ആർ ടി സി ബസ് സ്റ്റേഷൻ എറണാകുളം • ചിറ്റൂർ റോഡ് എറണാകുളം • മച്ചിങ്ങൽ ലെയ്ൻ തൃശൂർ • ഐ ജി റോഡ് കോഴിക്കോട് • മാവൂർ റോഡ് കോഴിക്കോട് • എൻ ജി ഒ യൂണിയൻ ബിൽഡിങ് കണ്ണൂർ • സെൻട്രൽ ബസ് ടെർമിനൽ കോംപ്ലക്സ് താവക്കര കണ്ണൂർ

CO - VV. 117 / 2162 / 3620
ISBN - 978-93-85018-71-8

അഞ്ച് റൊമാന്റിക് കവികൾ

ബിറ്റർ സി മുക്കോലയ്ക്കൽ

ചിന്ത പബ്ലിഷേഴ്സ്
തിരുവനന്തപുരം-695 035
വില: ₹ 90

ബിറ്റർ സി മുക്കോലയ്ക്കൽ

അദ്ധ്യാപകൻ, വിവർത്തകൻ, നിരൂപകൻ, ഗ്രന്ഥകാരൻ തുടങ്ങിയ നിലകളിൽ പ്രവർത്തിക്കുന്നു. ഇരുപത്തിയഞ്ചിലധികം പുസ്തകങ്ങൾ ഇതിനകം പ്രസിദ്ധീകരിച്ചു. *നൂറാനക്കാര്യങ്ങൾ, പഠനപ്രോജക്ടുകൾ എന്ത്? എങ്ങനെ, സ്കൂൾ ഡൈജസ്റ്റ്, കരയാത്ത കാക്ക, ഫോർ ഓഫ് ദി മിസ്റ്റ് ഇന്റു ദി ഹാർട്ട്, എബ്രഹാം ലിങ്കൺ, കുട്ടികളും സൃഷ്ടിപരതയും, ഇന്റർവ്യൂവിന് ആത്മവിശ്വാസത്തോടെ പഠിക്കാൻ ഓർമ്മസൂത്രങ്ങൾ, ഇംഗ്ലീഷ് ലാഫർ, പഠനം രസകരമാക്കാൻ, ഇംഗ്ലീഷിൽ ചിന്തിക്കാം സംസാരിക്കാം, വേറിട്ടു വേരോടുന്ന അമേരിക്കൻ ഇംഗ്ലീഷ്* തുടങ്ങിയവ. വിവർത്തനങ്ങളിൽ *ത്രീ മസ്കിറ്റീസ്, റോബിൻസൺ ക്രൂസോ, അമേരിക്ക, കാസിൽ, എപിക് ഓഫ് സക്സസ്* തുടങ്ങിയവ ഉൾപ്പെടുന്നു. ദിനപത്രങ്ങളിലും മാസികകളിലും കുട്ടികൾക്കുവേണ്ടി എഴുതുന്നു. ടി വി ചാനലുകളിലും പരിപാടികൾ അവതരിപ്പിക്കുന്നു.

ഇ–മെയിൽ : bittercmukkolakkal@gmail.com

മൊബൈൽ : 9446449039

ഉള്ളടക്കം

പ്രസാധകക്കുറിപ്പ്

ഭാവനയ്ക്കും തീവ്രവികാരത്തിനും ആത്മാവിഷ്കാരത്തിനും ഗ്രാമീണതയ്ക്കും ഒക്കെ സുപ്രധാന സ്ഥാനം നല്കിയുള്ള രചനാരീതി നിലനിന്നിരുന്ന ഒരു കാലഘട്ടമാണ് കാല്പനിക കാലഘട്ടം. ലോകത്തിന്റെ വിവിധ ഇടങ്ങളിൽ വിവിധകാലങ്ങളിലായി ഈ പ്രസ്ഥാനം പടർന്നുലഞ്ഞു. കണിശമായ ചിട്ടവട്ടങ്ങളിൽനിന്നും കാവ്യരചന സ്വാതന്ത്ര്യം നേടി. ഈ കാലയളവിൽ ഉണ്ടായ എല്ലാവിധ ഭാവതീവ്രമായ രചനകളും ഇന്നും അനശ്വരമായിത്തന്നെ നില്ക്കുന്നു. അതിനുകാരണഭൂതരായ വിവിധ കവികളിൽ അഞ്ചുകവികൾക്ക് പ്രത്യേകമായ ഇടം ഇംഗ്ലീഷ് കാവ്യസാഹിത്യചരിത്രത്തിലുണ്ട്- വില്യം വേഡ്സ്വർത്ത്, എസ് ടി കോൾറിഡ്ജ്, ലോർഡ് ബൈറൺ, പെഴ്സി ബിഷ് ഷെല്ലി, ജോൺ കീറ്റ്സ് എന്നിവരാണവർ. കാല്പനിക പ്രസ്ഥാനമെന്തെന്നും, ഈ അഞ്ചുമഹാകവികളുടെയും സംഭാവന എത്രമാത്രം ഊറ്റംകൊണ്ടതാണെന്നും ചിന്തിക്കുന്നതിനുള്ള ഒരു ക്ഷണമാണ് ഈ പുസ്തകം. സാഹിത്യ പ്രേമികൾക്കെല്ലാവർക്കും ഈ പുസ്തകം തികച്ചും വിജ്ഞാനപ്രദമാകുമെന്നതിൽ സംശയമില്ല. വിജ്ഞാനവർഷം പരമ്പരയിൽപ്പെട്ട ഈ പുസ്തകം വിദ്യാർത്ഥികൾക്കും സാധാരണ വായനക്കാർക്കും ഒരുപോലെ സ്വീകാര്യമാകുമെന്ന് പ്രതീക്ഷിക്കുന്നു.

ചിന്ത പബ്ലിഷേഴ്സ്

1

ഇംഗ്ലീഷ് കാല്പനികപ്രസ്ഥാനം

ഇംഗ്ലീഷിലെ റൊമാന്റിസിസ(romanticism)ത്തിനു തുല്യമായ പദമാണ് കാല്പനികത്വം അഥവാ കാല്പനിക പ്രസ്ഥാനം. ഉയർന്ന ഭാവനയ്ക്കും വൈകാരികാനുഭൂതിക്കും അസാധാരണത്വത്തിനും പ്രാധാന്യം നല്കുന്ന ഒരു പ്രസ്ഥാനം. ജിജ്ഞാസയും സൗന്ദര്യബോധവുമാണ് ഈ കലാസാഹിത്യപ്രസ്ഥാനത്തിന്റെ മുഖ്യമായ ഘടകങ്ങൾ. സാഹിത്യത്തിന്റെ ഉദാരവല്ക്കരണത്തിൽനിന്നും ഉരുത്തിരിഞ്ഞതാണ് ഈ ചിന്താരീതി. ജീവിതത്തെ ഒരു പുതിയ രീതിയിൽ നോക്കിക്കാണുന്നതിനും അതിശയത്തിനും ആനന്ദത്തിനും ഉതകുന്നതിന് ആഹ്വാനം നല്കുന്നതുമായ പുതിയൊരു രചനാശൈലിയാണിത്. നിയോക്ലാസിസിസത്തിനു തൊട്ടുശേഷമുണ്ടായ ഒരു പ്രത്യേക ചിന്താധാരകൂടിയാണിത്.

സാഹിത്യനിഘണ്ടു പരിശോധിച്ചാൽ റൊമാന്റിസിസംപോലുള്ള മറ്റു പല ചിന്താരൂപങ്ങളും കാണാവുന്നതാണ്. existentialism, impressionism, expressionism, classicism, Cubism, modernism, mysticism, naturalism, symbolism, surrealism, realism തുടങ്ങിയ ധാരാളം 'ഇസ'ങ്ങൾ. സമൂഹത്തെ നന്മയിലേക്ക് നയിക്കുന്ന ചില മൂർത്തരൂപങ്ങൾ മനുഷ്യന്റെ ആദ്യകാല രചനകളിൽ അഥവാ ഐതിഹ്യങ്ങളിൽ കാണാം. മാവേലി, ഈഡിപ്പസ് രാജകുമാരൻ തുടങ്ങിയ മൂർത്തരൂപങ്ങൾ. അവയാണ് ആർക്കിടൈപ്പുകൊണ്ട് വിവക്ഷിക്കുന്നത്. മനുഷ്യന്റെ സ്വത്വം, വ്യക്തിത്വം അഥവാ അസ്തിത്വം അന്വേഷിച്ചുകൊണ്ടെഴുതുന്ന സാഹിത്യദർശനങ്ങളടങ്ങിയ ചിന്തകളാണ് അസ്തിത്വവാദം എന്ന extentialism. ഒരു വസ്തു മനസ്സിൽ പതിപ്പിക്കുന്ന ചിത്രം അഥവാ അനുഭൂതിയെ ആവിഷ്കരിക്കുന്ന ചിത്രകലാ സങ്കേതമാണ് ഇംപ്രഷനിസം. എന്നാൽ വസ്തുവിന്റെ സത്തയെ സത്യസന്ധമായി ആവിഷ്കരിക്കുകയും ബാഹ്യരൂപത്തെ വികൃതമായി

പ്പോലും കോറിയിടുന്ന മറ്റൊരു ചിത്രകലാ സങ്കേതമായിരുന്നു എക്സ്പ്രഷണിസം. ചിന്തയിലും ശൈലിയിലും പക്വതയാർജ്ജിച്ച രചനകളാണ് ക്ലാസിസിസം വിവരിക്കുന്നത്. വായനക്കാരിൽ അഥവാ കാണികളിൽ ഭയവും കരുണയും അനുഭവവേദ്യമാക്കുകയും അവ അവർക്കു സുഖമാക്കി കലാശിപ്പിക്കുകയും ചെയ്യുന്ന രചനാശൈലിയാണ് കഥാർസിസ്. അരിസ്റ്റോട്ടിലാണ് ഈ ദർശനം അവതരിപ്പിച്ചത്. ചിത്രം വരയ്ക്കുമ്പോൾ നീളം, വീതി എന്നിവയ്ക്കൊപ്പം അതിന്റെ ഘനത്തിനും പ്രാധാന്യം നല്കുന്ന ചിത്രകലാസങ്കേതമാണ് ക്യൂബിസം. പഞ്ചേന്ദ്രിയങ്ങൾക്കതീതമായത് പ്രമേയമാക്കുന്ന സാഹിത്യരീതിയാണ് മിസ്റ്റിസിസം. പ്രകൃതിവാദവും തത്ത്വചിന്തയുമാണ് നാച്ചുറലിസത്തിൽ. അമൂർത്തമായ ഒരു കാര്യത്തെ മൂർത്തമായ ഒന്നിൽ പ്രതിനിധാനം ചെയ്യുന്ന പുതുമയാണ് സിംബലിസം വിവക്ഷിക്കുന്നത്. അയഥാർത്ഥ ചിന്തകളും സ്വപ്നങ്ങളും വിഭാവന ചെയ്യുന്നതാണ് സർറിയലിസം. സംഭാവ്യതകളും യാഥാർത്ഥ്യവും മാത്രം പറയുന്നവയാണ് റിയലിസത്തിൽ. ഈ വിധത്തിൽ കലയിലും സാഹിത്യത്തിലും ധാരാളം പരീക്ഷണനിരീക്ഷണങ്ങൾ ഇതിനകം നടന്നുകഴിഞ്ഞു. അവയ്ക്കിടയിൽ ഉണ്ടായ പ്രത്യേകതയാർന്ന ഒരു സാഹിത്യചിന്താധാരയാണ് ഈ കാല്പനികത അഥവാ കാല്പനികപ്രസ്ഥാനം.

ക്ലാസിസിസം, നിയോ ക്ലാസിസിസം എന്നിവയിൽനിന്നും തുടങ്ങിയാലേ റൊമാന്റിസിസം എന്തെന്നു കൂടുതൽ ബോദ്ധ്യമാകൂ.

ക്ലാസിസിസം/ക്ലാസിക് കൃതികൾ

ഉന്നതനിലവാരവും മാതൃകയായി അംഗീകരിക്കപ്പെടാവുന്നതുമായ പക്വതയാർജ്ജിച്ച കൃതികളെയാണ് ക്ലാസിക്കുകൾ അഥവാ ആഢ്യപാരമ്പര്യ രചനകൾ എന്നുവിളിക്കുന്നത്. ക്ലാസിക്കിന് വിശാലമായ അർത്ഥങ്ങൾ നിഘണ്ടുക്കൾ നല്കിവരുന്നുണ്ട്. വിവിധയിടങ്ങളിലെ ആശയങ്ങൾ ചേർക്കുന്നു.

1. ഒന്നാംകിടയായ (ഉൽകൃഷ്ടമായത്) കൃതികൾ.
2. വിദ്യാലയങ്ങളിൽ ഉപയോഗിക്കുന്ന സാഹിത്യകൃതികൾ. (അപ്പോൾ നിലവാരമുള്ളതായിരിക്കുമല്ലോ).
3. പ്രാചീന ഗ്രീസിലെയും റോമിലെയും നിലവാരമുള്ള സാഹിത്യകൃതികൾ (ഗ്രീക്കു-ലാറ്റിൻ കൃതികൾ ഉൽക്കൃഷ്ടകൃതികളായി അംഗീകരിക്കപ്പെട്ടിരുന്നു).
4. ഗ്രീക്കു-ലാറ്റിൻ കൃതികളെ പൂർണ്ണമായും അനുകരിച്ചെഴുതിയ സാഹിത്യകൃതികൾ.

പാണ്ഡിത്യം, ലാളിത്യം, ആദർശം, കുലീനത തുടങ്ങിയവയടങ്ങിയ ഈ ഒന്നാംകിട സാഹിത്യരൂപങ്ങൾക്ക് ധാരാളം പ്രത്യേകതകൾ കാണാവുന്നതാണ്.

1. ബുദ്ധിപരത: മസ്തിഷ്കം ഒരുക്കുന്ന ബുദ്ധിയാണ് പ്രധാനം. ഭാവനയ്ക്ക് പങ്കില്ല.
2. യുക്തിപരത: യുക്തിയിലൂടെ പരമാർത്ഥം അന്വേഷിക്കുന്നു. വൈകാരികതയ്ക്ക് സ്ഥാനമില്ല.
3. രൂപപരത: രൂപപരമായ ആണ്ധ്യത്വമാണ് മുഖ്യം. ശൈലീപരമായ സൗന്ദര്യത്തിന് പ്രസക്തിയില്ല.
4. അനുകരണപരത: കാവ്യഭംഗി അവതരിപ്പിക്കാൻ അനുകരണത്തിന് പ്രാധാന്യം നല്കുന്നു.
5. പാണ്ഡിത്യപരം: അറിവാണ് പ്രധാനം. പ്രതിഭത്വത്തിന് പ്രാധാന്യമില്ല.
6. ഉദ്ബോധനപരത: വായനക്കാർക്ക് എന്തെങ്കിലും ഒരു പാഠം അഥവാ സന്ദേശം നല്കാൻ ശ്രമിക്കുന്നു. അതിനാൽ വിമർശനവും പരിഹാസവും രചനാസങ്കേതങ്ങളാകുന്നു.
7. സമൂഹസ്വഭാവപരം: വ്യക്തിഗത സവിശേഷതകൾക്കു പ്രാധാന്യമില്ലാതെ, സമൂഹത്തിന്റെ പൊതുവായ പ്രകൃതങ്ങൾക്ക് പ്രാധാന്യം നല്കുന്നു.
8. ആദർശപരത: പ്രകൃതിയിലെ കുറവുകൾ കണ്ടെത്താനും അവയൊക്കെ പരിഹരിക്കാനുമുള്ള ശ്രമങ്ങൾക്കു പ്രാമുഖ്യം നേടുന്നു.
9. സാർവ്വലൗകികത്വം: ഒരു നിശ്ചിത കാലത്തിനും ദേശത്തിനുമപ്പുറം സാർവ്വലൗകികത്വം രചനാലക്ഷ്യമാകുന്നു.
10. നാഗരികപരത: നഗരവല്ക്കരണവും പരിഷ്കൃത മനുഷ്യന്റെ കൃത്രിമവും വ്യവസ്ഥാപിതവുമായ ജീവിതശീലങ്ങളും വിഷയമാകുന്നു.
11. പരിചിതപരം: പരിചിതവിഷയങ്ങൾമാത്രം രചനയ്ക്ക് വഴിയാകുന്നു.
12. പങ്കിടുന്ന മോഹം: സ്വീകരണമുറികളിലും കോഫീഹൗസുകളിലും ഒരുമിച്ചിരുന്ന് വിവിധ മാനസികവ്യവഹാരങ്ങൾ പങ്കിടുന്ന മനുഷ്യരാണ് രചനാവിഷയം.
13. വ്യവസ്ഥാപരം: നിലനില്ക്കുന്ന കാവ്യവ്യവസ്ഥകളിന്മേലുള്ള വിധേയത്വം രചനകളിൽ പ്രാമുഖ്യം നല്കി.
14. നിശ്ചലത: ചലനാത്മകതയെപ്പോലും നിശ്ചലതയിലൂടെ ആവിഷ്കരിക്കുന്നു (ഉദാ: ഗ്രീക്കു പ്രതിമകൾ).
15. സ്പഷ്ടതപരം: വിവരങ്ങൾ സുവ്യക്തമായി അവതരിപ്പിക്കുന്ന രചനാശൈലി. അവ്യക്തതയ്ക്ക് യാതൊരു സ്ഥാനവുമില്ല. ഈവിധം സവിശേഷതയാർന്ന സാഹിത്യകൃതികളാണ് ക്ലാസിക്കുകളിൽ ഉൾപ്പെടുന്നത്.

നിയോ ക്ലാസിസിസം/നിയോക്ലാസിക് കൃതികൾ

ക്ലാസിസിസത്തിന്റെ പുനരുജ്ജീവനമാണ് നിയോ-ക്ലാസിസിസം. ക്ലാസിക്കൽ ശൈലിയുടെ ആധുനിക പുനരുജ്ജീവനമാണ് ഇത് വിവക്ഷി

ക്കുന്നത്. ഗ്രീക്ക്-ലാറ്റിൻ സാഹിത്യകാരന്മാരുടെ ശൈലിയുടെയും ദർശനങ്ങളുടെയും പുനരുജ്ജീവനം കൂടിയാണിത്. ക്ലാസിസിസത്തിന്റെ കൂടുതൽ നവീനമായ അഥവാ പുതുമയാർന്ന ദർശനങ്ങളാണെന്നു കാണിക്കാൻ വേണ്ടിയാണ് നിയോ (neo) എന്നപദം ചേർക്കുന്നതും. ക്ലാസിസിസത്തിന്റെ വളർച്ചനേടിയ ഘട്ടമാണിത്.

പാശ്ചാത്യസാഹിത്യ നിരൂപണത്തിൽ പൊതുവേ നിയോക്ലാസിസിസത്തെത്തന്നെയാണ് ക്ലാസിസിസമെന്നു പറയുന്നത്. അഥവാ നിയോ ക്ലാസിക് യുഗം ക്ലാസിക്‌യുഗം തന്നെയാണ്. മറ്റൊരു വിശദീകരണംകൂടി ഇവിടെ നല്കേണ്ടതുണ്ട്: ഗ്രീക്ക്-ലാറ്റിൻ സാഹിത്യപ്രവണതകൾ ക്ലാസിസിസവും ഫ്രഞ്ച്, ജർമ്മൻ, ഇറ്റാലിയൻ, സ്പാനിഷ്, ഇംഗ്ലീഷ് സാഹിത്യപ്രവണതകൾ നിയോക്ലാസിസിസവും.

ഇത്തരം ക്ലാസിക്/നിയോ ക്ലാസിക് സവിശേഷതകളോടുകൂടിയ സാഹിത്യരചനകൾ ലോകത്തിലെ മിക്കവാറും പ്രധാനപ്പെട്ട എല്ലാഭാഷകളിലും (ഗ്രീക്ക്, ലാറ്റിൻ, ഫ്രഞ്ച്, ജർമ്മൻ, സ്പാനിഷ്, ഇറ്റാലിയൻ, ഇംഗ്ലീഷ്) വ്യത്യസ്തമായ നിശ്ചിതകാലങ്ങളിൽ നിലനിന്നുപോന്നിരുന്നു. ഇംഗ്ലീഷ് സാഹിത്യചരിത്രം പരിശോധിച്ചാൽ ജോൺ ഡ്രൈഡൺ മുതൽ അലക്സാണ്ടർ പോപ്പ് വരെയുള്ള കാലമാണിതെന്ന് കാണാം. കൃത്യമായിപ്പറഞ്ഞാൽ 1650 മുതൽ 1800 വരെയുള്ള കാലമെന്നു പറയാവുന്നതാണ്.

- 1660–1700 AD: പുനഃപ്രതിഷ്ഠാപനകാലം (the restoration period)
- 1700–1745 AD: അഗസ്റ്റൻ യുഗം (the Augustan age or the age of Pope)
- 1745–1798 AD: ജോൺസൺ യുഗം (the age of Johnson or the age of sensibility)

റൊമാന്റിസിസം/റൊമാന്റിക് കൃതികൾ

ക്ലാസിക്/നിയോക്ലാസിക് പ്രസ്ഥാനത്തിനെതിരായി വന്ന ഒരു ചിന്താഗതിയാണ് റൊമാന്റിസിസം. ലോകത്തിലെ എല്ലാ ഭാഷകളിലും സാഹിത്യ സമ്പുഷ്ടി നേടിയ ദിശാധാരയായിരുന്നു ഇത്. പ്രാഥമികമായും കാല്പനികപ്രസ്ഥാനത്തിന് രണ്ട് അർത്ഥങ്ങൾ നല്കാവുന്നതാണ്. ഒന്ന്, അടിസ്ഥാനപരമായ അർത്ഥവും രണ്ട്, ചരിത്രപരമായ അർത്ഥവും.

കാല്പനികതയുടെ അടിസ്ഥാനപരമായ അർത്ഥത്തിൽ അത് യാഥാർത്ഥ്യത്തിന് വിപരീതമായതെന്നാണ്. യഥാതഥമായ കാര്യങ്ങൾ സാഹിത്യരചനയിൽ പറയുന്നതിനുപകരം ഭാവനാപരമായവയെന്നു (കാല്പനികമായവ) പറയുന്നു. ചരിത്രപരമായ അർത്ഥത്തിൽ കാല്പനികതയെ ആഢ്യപാരമ്പര്യ രചനകൾ (classicals)ക്കെതിരായി പതിനെട്ടാം നൂറ്റാണ്ടുകളിൽ തുടങ്ങിയ ഒരു കലാപമാണെന്നു പറയാം. ഫ്രഞ്ചു വിപ്ലവത്തിന്റെ പ്രത്യക്ഷത്തിലുള്ള ഒരു ഫലമാണിത്. ഫ്രഞ്ചുവിപ്ലവാശയ

ങ്ങൾ സൃഷ്ടിച്ച ആവേശവും അതുണ്ടാക്കിയ ഭയാധിക്യവും അക്കാലത്തെ സാഹിത്യകാരന്മാരെ ശക്തമായി സ്വാധീനിച്ചിരുന്നു.

ഈ രണ്ടു അർത്ഥങ്ങളിൽ മാത്രമായി കാല്പനികപ്രസ്ഥാനം യഥാർത്ഥത്തിൽ തീരുന്നില്ല. ഇതിന് ലോകത്തിന്റെ വിവിധയിടങ്ങളിലായി പതിനൊന്നായിരത്തി മുന്നൂറ്റിത്തൊണ്ണൂറ്റിയാറ് നിർവ്വചനങ്ങളുണ്ടെന്ന് എഫ് എൽ ലൂക്കാസ് എന്ന പണ്ഡിതൻ രേഖപ്പെടുത്തിയിട്ടുണ്ട്. പ്രൊഫസർ എൽട്ടൺ അഭിപ്രായപ്പെട്ടതുപോലെ "ചിന്തയെക്കുഴയ്ക്കുന്ന വാക്കാ"ണ് ഈ പ്രതിഭാസമെന്ന് അപ്പോൾ നമുക്ക് മനസ്സിലാകും. കുറച്ച് അർത്ഥങ്ങൾ ചുവടെ ചേർക്കുന്നു. അഥവാ റൊമാന്റിക് സാഹിത്യരൂപങ്ങളുടെ പ്രത്യേകതകൾ ചുവടെ ചേർക്കുന്നു:

1. ഭാവനാ പ്രാധാന്യം: മസ്തിഷ്കം ഒരുക്കുന്ന ബുദ്ധിക്കു പ്രാധാന്യമില്ല. ഹൃദയത്തിനും ഭാവനയ്ക്കുമാണ് പ്രാധാന്യം.
2. തീവ്രവികാരപരത: വികാരത്തിലൂടെയും വെളിപാടിലൂടെയും സഹജാവബോധത്തിലൂടെയും സത്യം കണ്ടെത്താൻ ശ്രമിക്കുന്നു. യുക്തിക്ക് പ്രാധാന്യമില്ല. വൈകാരികതയ്ക്കു മാത്രമേ സ്ഥാനമുള്ളൂ.
3. ഭാവപ്രാധാന്യം: ശൈലീപരമായ സൗന്ദര്യത്തിനാണ് രൂപത്തിനേക്കാൾ പ്രസക്തി.
4. മൗലികതയ്ക്ക് പ്രാധാന്യം: അനുകരണം അടിമത്തമായി ഇത്തരം രചനകൾ കരുതുന്നു.
5. പ്രതിഭത്വപ്രാധാന്യം: അറിവല്ല, പ്രതിഭത്വമാണ് പ്രധാനം. പ്രതി ഭയെയാണ് രചനയെ മുഖ്യമായും ആശ്രയിക്കുന്നത്.
6. ആത്മവികാരപരം: വികാരസംക്രമണവും തല്ഫലമായുണ്ടാകുന്ന ആനന്ദവുമാണ് രചനയ്ക്ക് പ്രധാനം. സന്മാർഗ്ഗ ഉപദേശമോ, കാവ്യനീതി നടപ്പാക്കലോ ഒന്നും ശ്രദ്ധേയമല്ല.
7. വൈയക്തികത: വ്യക്തിക്കും വ്യക്തിത്വ സവിശേഷതകൾക്കും പ്രാധാന്യം നല്കുന്നു. മനുഷ്യന്റെ അഥവാ സമൂഹത്തിന്റെ പൊതു പ്രത്യേകതകൾക്ക് സ്ഥാനമില്ല.
8. ആദർശപരതയില്ലായ്മ: വ്യക്തിയുടെ കുറവുകൾ പരിഹരിക്കാൻ പോന്ന ശ്രമങ്ങളൊന്നും രചനയിൽ ഉൾപ്പെടുന്നില്ല. ആദർശമൊന്നും രചനയിൽ ഉൾപ്പെടുന്നില്ല. ആദർശമൊന്നും രചനയിൽ കൊട്ടിഘോഷിക്കുന്നില്ല.
9. പ്രാദേശികത്വം: ഒരു നിശ്ചിത കാലത്തിനും ദേശത്തിനും പ്രാധാന്യം നല്കുന്നു.
10. ഗ്രാമീണപരത: ഗ്രാമീണതയുടെ അകൃത്രിമമായ സൗന്ദര്യത്തെ അനുഭവിച്ചു ജീവിക്കാനുള്ള ആഗ്രഹം, ഗ്രാമ്യപ്രകൃതി എഴുത്തുകാരന് ആശ്രയമാകുന്നു.
11. അപരിചിതത്വപരം: അപരിചിത വിഷയങ്ങൾക്ക് കൂടുതൽ പ്രാധാന്യം നല്കുന്നു. അപൂർവ്വമായവയ്ക്കാണ് കൂടുതൽ ഇടം. ആരും ഗൗനിക്കാതെ പോകുന്നവയ്ക്ക് പ്രാധാന്യം ലഭിക്കുന്നു.

12. ഏകാന്തതയിലെ ആനന്ദം: അന്തർമുഖത്വത്തിനും ഉൾവലിയലിനും ഒറ്റപ്പെട്ടിരിക്കുന്നതിനും പ്രാധാന്യം നല്കുന്നു. മാനസിക വ്യവഹാരങ്ങൾ പങ്കിടുന്നില്ല. സ്വയം അനുഭവിക്കുന്നു. സ്വന്തം മനസ്സിന്റെ തടവറയിൽ ചരിക്കുന്നു.
13. വ്യവസ്ഥാപരമല്ലാത്തത്: ഒരു തരത്തിലുമുള്ള കാവ്യവ്യവസ്ഥകൾക്കും അടിപ്പെടാതെയുള്ള രചനാരീതി.
14. ചലനാത്മകത: നിശ്ചലത ആവിഷ്കാരത്തിലില്ല.
15. അസ്പഷ്ടപരം: വിവരങ്ങൾ അവ്യക്തമായി അവതരിപ്പിക്കുന്ന രചനാശൈലി. അപ്പോൾ മാത്രമാണ് രചന ആസ്വാദ്യകരമാകുന്നത്; അപ്പോൾ രചനയിൽ നിഗൂഢത നിഴലിക്കുന്നു.

ക്ലാസിസിസത്തിന് ഒത്ത വിപരീതമാണ് റൊമാന്റിസിസം എന്നു വ്യക്തമാവാൻ പോന്നവയാണ് മുകളിൽ ചേർത്തിരിക്കുന്ന പ്രത്യേകതകൾ. ഇവ കൂടാതെ റൊമാന്റിസിസത്തിന് വിവിധ നിരൂപകർ നല്കിയിരിക്കുന്ന മറ്റു അർത്ഥതലങ്ങൾകൂടി ചേർക്കുന്നു.

1. വിചിത്രമായത്
2. വർണ്ണോജ്ജ്വലമായത്
3. അപൂർവ്വമായത്
4. ഉന്മാദിയായത്
5. അസാധാരണത്വം ഉളവാകുന്നത്
6. അസംഭാവ്യമാർന്നത്
7. വൈകാരികാനുഭൂതിയാവിഷ്കരിക്കുന്നത്
8. ഭാവനാവ്യാപാരമാർന്നത്
9. വിഷാദപരമായത്
10. ശൂന്യതാബോധമുയർത്തുന്നത്– മുതലായവ.

ഇംഗ്ലീഷ് കാല്പനിക പ്രസ്ഥാനത്തിന്റെ മുന്നോടികൾ

ഇംഗ്ലീഷ് സാഹിത്യത്തിൽ കാല്പനികത അതിന്റെ യഥാർത്ഥ അർത്ഥത്തിൽ പരിലസിച്ചത് *ലിറിക്കൽ ബാലഡ്സി*ന്റെ പ്രസിദ്ധീകരണത്തോടെയാണ്. വില്യം വേഡ്സ്വർത്തിന്റെയും കോൾറിഡ്ജിന്റെയും സംയുക്തശ്രമമായിരുന്നു ഈ പുസ്തകം. 1798 ലാണ് ഈ പുസ്തകം പ്രസിദ്ധീകരിച്ചത്. പക്ഷേ, അതിനു മുമ്പുതന്നെ ഈ പ്രസ്ഥാനത്തിന്റെ വളർച്ചയ്ക്ക് കാരണഭൂതരായ മുന്നോടികൾ ധാരാളം ഉണ്ടായിട്ടുണ്ട്. അവരിൽ പ്രമുഖരായ കവികളാണ് ജയിംസ് തോംസൺ, തോമസ് ഗ്രേ, വില്യം കോളിൻസ്, ഒലിവർ ഗോൾഡ്സ്മിത്ത്, വില്യം കൂപ്പർ, ജോർജ്ജ് ക്രാബ് തുടങ്ങിയവർ. രചനയ്ക്കുള്ള പ്രമേയസ്വീകരണത്തിനും, കാവ്യരചനാനിയമത്തിലുമാണ് ഇവർ കാര്യമായ പുതുമയും വ്യത്യാസവും കാണിച്ചത്. പ്രകൃതിസൗന്ദര്യത്തോടും ഗ്രാമീണജീവിതത്തോടുമുള്ള അനിർവ്വചനീയമായ ആരാധനയും ഈ കവികളുടെ മിക്ക രചനയിലും കാണാമായിരുന്നു.

തോമസ് ഗ്രേയുടെ *The Elegy Written in a country churchyard* (*ഒരു ഗ്രാമദേവാലയ മുറ്റത്തുവച്ചെഴുതിയ വിലാപകാവ്യം*) ഈ വിഭാഗത്തിൽ പ്രചാരം നേടിയതാണ്. തത്ത്വചിന്താപരവും സ്വകീയചിന്തകളുമടങ്ങിയ ഒരു കൃതികൂടിയാണിത്. ഗോൾഡ് സ്മിത്തിന്റെ ആത്മകഥാംശമുള്ള *The Deserted village* (*പരിത്യക്തമായ ഗ്രാമം*), *Edwin and Angelina* (എഡ്വിനും അൻജെലീനയും) എന്നിവയും ജയിംസ് തോംസന്റെ *The Seasons* (*ഋതുക്കൾ*), *The Castle of Indolene*(*ആലസ്യത്തിന്റെ കോട്ട*) എന്നിവയും ഒക്കെ കാല്പനിക പ്രസ്ഥാനത്തിലെ മുഖ്യധാരാ സാഹിത്യകൃതികളുടെ മുന്നോടിയാണെന്നു പറയാവുന്നതാണ്.

കാല്പനികതയുടെ മുന്നോടികളായി പറയാൻ സാധിക്കുന്ന രണ്ടു മഹാകവികൾ കൂടിയുണ്ട്. ഒന്ന്, വില്യം ബ്ലേക്ക് (1757–1827). ലണ്ടനിലെ ബ്രോഡ്സ്ട്രീറ്റിൽ ജനിച്ച ഇദ്ദേഹം കുട്ടിക്കാലം മുതൽ ഒരു സ്വപ്നാടകനായിരുന്നു. കവി മാത്രമല്ല ഒരു കലാകാരൻ കൂടിയായിരുന്ന ഇദ്ദേഹത്തിന്റെ *Songs of Innocence* (*നന്മയുടെ ഗീതങ്ങൾ*), *Songs of Experience* (*തിന്മയുടെ ഗീതങ്ങൾ*), *The Gates of Paradise* (*സ്വർഗ്ഗവാതിലുകൾ*), *The marriage of Heaven and Hell* (*സ്വർഗ്ഗനരകങ്ങളുടെ സംയോഗം*) എന്നിവ പ്രസിദ്ധമാണ്. ജീവിത യാഥാർത്ഥ്യങ്ങളും സമകാലിക സാമൂഹിക രാഷ്ട്രീയ സംഭവവികാസങ്ങളും അദ്ദേഹത്തിന്റെ രചനാപ്രമേയങ്ങൾ ആയിരുന്നു. സ്കോട്ട്ലാന്റിലെ എയ്ഷയറിലെ അലോവേയിൽ ജനിച്ച റോബർട്ട് ബേൺസ് ആണ് ഇവിടെ പറയാനുദ്ദേശിച്ച രണ്ടാമത്തെ മഹാകവി. ഇദ്ദേഹത്തെയും കാല്പനികപ്രസ്ഥാനത്തിന്റെ മുൻഗാമിയായി കരുതുന്നു. ഗ്രാമീണജീവിതത്തിന്റെയും ജനതയുടെയും കവിയായി ഇദ്ദേഹത്തെ കരുതുന്നു. *Thou Bingering star* (*നീ തിളങ്ങും താരം*), *To a Mouse, To a Mountain Daisy* (*ശൈലപുഷ്പത്തോട്*), *A Red Red Rose* (*ഒരു ചുവചുവപ്പൂവ്*) തുടങ്ങിയവ ഈ വിധത്തിൽ ശ്രദ്ധേയമാണ്. യഥാർത്ഥത്തിൽ വില്യം ബ്ലേക്കിനെയും റോബർട്ട് ബേൺസിനെയും കാല്പനികതയുടെ മുൻഗാമികൾ എന്നുപറഞ്ഞു തള്ളുന്നതിനേക്കാൾ ശരി, അവർ അതിന്റെ തുടക്കക്കാരാണെന്നു പറയുന്നതിലാണ്. സമകാലിക കവികളുമായി വേണ്ടത്ര ബന്ധമില്ലാതെ മുഖ്യധാരയിൽനിന്നും മാറിയൊഴുകി നീങ്ങിയതിനാലാണ് ഒരുപക്ഷേ, അവർക്ക് അർഹമായ സ്ഥാനം കാല്പനിക പ്രസ്ഥാനത്തിൽ ലഭ്യമാകാതെ പോയത്.

ഇതുകൂടാതെ തന്നെ ധാരാളം കവികളുടെ ഭാഷയിലും ചിന്തയിലും ചോസറിനെത്തുടർന്നുതന്നെ കാല്പനികതയുടെ സ്ഫുരണങ്ങൾ ഉണ്ടായിരുന്നുയെന്നത് ഒരിക്കലും നിഷേധിക്കാൻ പറ്റാത്ത കാര്യമാണ്.

2

ഇംഗ്ലീഷ് കാല്പനിക കാവ്യ സാഹിത്യത്തിലെ പഞ്ചമഹാകവികൾ

ഇംഗ്ലണ്ടിൽ നിലനിന്നിരുന്ന നിയോക്ലാസിക് ചിന്താധാരയ്ക്ക് ഒരു വെല്ലുവിളിയായിട്ടാണ് *ലിറിക്കൽ ബാലഡ്സ്* എന്ന കാവ്യസമാഹാരം പ്രസിദ്ധീകരിക്കപ്പെട്ടത്. 1798 ൽ വില്യം വേഡ്സ്‌വർത്തും കോൾറിഡ്ജും സംയുക്തമായി ചേർന്ന് പ്രസിദ്ധീകരിച്ച ഈ പുസ്തകത്തിലെ ഇരുവരുടെയും കവിതകൾ നിയോക്ലാസിക് പാരമ്പര്യത്തിൽനിന്നും തികച്ചും വ്യത്യസ്തമായിരുന്നു. ബുദ്ധിക്കും യുക്തിക്കും കാവ്യരൂപത്തിനും പാണ്ഡിത്യത്തിനും ഉദ്ബോധനത്തിനും ഒക്കെ പ്രാധാന്യം കൊടുത്തിരുന്ന നിയോക്ലാസിക്കൽ പ്രത്യേകതയിൽനിന്നും വ്യത്യസ്തമായി ഭാവനയ്ക്കും വൈകാരികതയ്ക്കും ശൈലീ സൗന്ദര്യത്തിനും പ്രതിഭത്വത്തിനും ഗ്രാമ്യപ്രകൃതത്തിനും ഒക്കെ പ്രാധാന്യം നല്കിക്കൊണ്ടുള്ള രചനകളായിരുന്നു അവ. ആ കാലഘട്ടത്തിലെ പ്രതിഭകൾക്ക് ഈ പുതിയരീതി നന്നേ ഇഷ്ടപ്പെടുകയും അതിൽ പ്രചോദനം ഉൾക്കൊണ്ടുകൊണ്ട് രചനകൾ നടത്തുകയും ചെയ്തു. അത് ആത്യന്തികമായി ഒരു കാല്പനിക വിപ്ലവം തന്നെ ഇംഗ്ലണ്ടിൽ ഉണ്ടാക്കുകയാണുണ്ടായത്.

ഈ കാവ്യ സമാഹാരത്തിന്റെ 1800 ൽ പ്രസിദ്ധീകരിച്ച രണ്ടാം പതിപ്പിൽ വില്യം വേർഡ്സ്‌വർത്ത് എഴുതിയ ആമുഖം കാല്പനികതയുടെ ഒരു നയപ്രഖ്യാപനമായിരുന്നു. നിലവിലുണ്ടായിരുന്ന കാവ്യവ്യവസ്ഥകളും നിയമങ്ങളും ലംഘിക്കപ്പെട്ടപ്പോൾ, സാഹിത്യപ്രേമികൾ പെട്ടെന്നുള്ള ആ മാറ്റത്തെ അസംതൃപ്തിയോടെ കാണാതിരിക്കാൻ വേണ്ടിയാണ് പ്രസ്തുത ആമുഖത്തിൽ അദ്ദേഹം ഇപ്രകാരം പറഞ്ഞത്:

> The principal object, then, proposed in these poems was to choose incidents and situations from common life and to relate or describe them, throughout, as far as was possible in a selection of

> language really used by men, and at the sametime, to throw over them a certain colouring of imagination, whereby ordinary things should be presented to the mind in an unusual aspect; and, further, and above all, to make these incidents and situations interesting by tracing in them, truely though not ostentatiously the primary laws of our nation. (Preface to *Lyrical Ballads*).

(ഇതിന്റെ മലയാള വിവർത്തനം വില്യം വേർഡ്സ്വർത്ത് എന്ന മൂന്നാം അദ്ധ്യായത്തിലെ വേഡ്സ്വർത്തിന്റെ കാവ്യസങ്കല്പം എന്ന ഭാഗത്ത് നല്കിയിട്ടുണ്ട്).

വേഡ്സ്വർത്ത് തന്റെ *ലിറിക്കൽ ബല്ലാഡ്സിൽ* പുതിയ കവിതകളുടെ സ്വഭാവം വ്യക്തമായാണ് വിശദീകരിച്ചത്; ഒപ്പം തന്റെ കാവ്യ സിദ്ധാന്തങ്ങൾ അദ്ദേഹം അവതരിപ്പിക്കുകയും ചെയ്തു. സാധാരണക്കാരന്റെ വാമൊഴിയോട് അടുപ്പം തോന്നുന്നതാകണം കാവ്യഭാഷ. പരമ്പരാഗതമായ വൃത്തനിബന്ധനകൾക്കു സ്ഥാനമില്ലെന്നും അദ്ദേഹം പറഞ്ഞിരുന്നു. പ്രകൃതിയുടെ ഹൃദയമിടിപ്പ് അറിഞ്ഞ് അതിന്റെ പ്രേരണയ്ക്ക് വശംവദരാകുമ്പോഴാണ് മനുഷ്യർക്ക് നൈസർഗ്ഗികമായ വിശുദ്ധി നേടാനാകുന്നത്. അദ്ദേഹത്തിന്റെ ഈ വാദമുഖങ്ങൾ ധാരാളമായ ലഘുകവിതകളിലും ദീർഘരചനകളിലും പ്രതിഫലിച്ചു. ആത്മകഥാപരവും ദാർശനികപ്രധാനവുമാണ് അദ്ദേഹത്തിന്റെ കവിതകൾ.

കാല്പനികയുഗം ഒരു തരത്തിൽ ഇംഗ്ലീഷ് സാഹിത്യത്തിൽ വേഡ്സ്വർത്ത് യുഗം തന്നെയായിരുന്നു. പ്രത്യേകിച്ച് ആദ്യഘട്ടത്തിൽ. ഈ വിധത്തിലെ വിശകലനം രണ്ടുതലമുറകളിലെ കവികളായി കാല്പനിക പ്രസ്ഥാനത്തിലെ കവികളെ തരംതിരിക്കുന്നതിനിടയാക്കുന്നു.

ഒന്നാം തലമുറയിലെ കാല്പനിക കവികളിൽ പ്രധാനികൾ വില്യം വേഡ്സ്വർത്തും കോൾറിഡ്ജും തന്നെയാണ്. മുതിർന്ന തലമുറയിൽപ്പെട്ടവരാണിവർ. ഇവർ കൂടാതെ മറ്റനേകർ ഈ തലമുറയിൽ ഉണ്ടായിട്ടുണ്ടെങ്കിലും കാല്പനികതയുടെ പേരിൽ പ്രശസ്തി നേടിയവരായിരുന്നില്ലെന്നു പറയാം. (എന്നാൽ റോബർട്ട് സഥെ, വാൾട്ടർ സ്കോട്ട് എന്നിവർ പ്രശസ്തി ധാരാളമായി നേടിയവർ തന്നെയാണ്).

വേഡ്സ്വർത്തിന്റെയും കോൾറിഡ്ജിന്റെയും കൈകകളിൽ കാല്പനികപ്രസ്ഥാനം പൂർണ്ണ വളർച്ച നേടിക്കഴിഞ്ഞശേഷമാണ് രണ്ടാം തലമുറയിൽപ്പെട്ട കവികൾ രംഗപ്രവേശം ചെയ്തത്. ഇളം തലമുറയിൽപ്പെട്ടവരായി അവരെ കരുതുന്നു. ഇവരിൽ യൂറോപ്പിൽ കൂടുതൽ അറിയപ്പെടുന്നത് ലോർഡ് ബൈറൺ ആണ്. എന്നാൽ ഇംഗ്ലണ്ടിൽ കൂടുതൽ അംഗീകാരം കിട്ടിയിരിക്കുന്നത് പി ബി ഷെല്ലിക്കും ജോൺ കീറ്റ്സിനുമാണ്. അങ്ങനെ പരിശോധിക്കുമ്പോൾ രണ്ടു തലമുറകളിലായി ഇംഗ്ലീഷ് കാല്പനിക പ്രസ്ഥാനത്തിൽ ഈ പഞ്ചമഹാകവികൾക്കു വലുതായ സ്ഥാനം അർഹമായിരിക്കുന്നു; ഭാവതീവ്രമായ കവിതകൾ രചിച്ചതിന്റെ പേരിൽ.

ഒന്നാം തലമുറ

1. വില്യം വേഡ്സ്വർത്ത് (1770–1850)
2. കോൾറിഡ്ജ് (1772–1834)

രണ്ടാം തലമുറ

3. ലോർഡ് ബൈറൺ (1788–1824)
4. പി ബി ഷെല്ലി (1792–1822)
5. ജോൺ കീറ്റ്സ് (1795–1821)

യാദൃച്ഛികമെന്നു പറയാൻ പറ്റാത്ത എന്തോ ഒന്ന് ഈ പഞ്ചമഹാകവികളുടെ ജനനമരണ വർഷങ്ങളിൽ കുടികൊള്ളുന്നുണ്ട്. ഇവരുടെ ജനന വർഷക്രമത്തിനു വിപരീതമായ ക്രമമാണ് മരണവർഷത്തിനുള്ളത്. അത് അല്പം അത്ഭുതം ജനിപ്പിക്കുന്നതാണ്. ആദ്യം ജനിച്ച വേഡ്സ്വർത്ത് അവസാനമാണ് മരിച്ചത്. എന്നാൽ അവസാനം ജനിച്ച ജോൺ കീറ്റ്സ് ആദ്യവും. മൂത്തവൻ അവസാനം കടന്നുപോയി. ഇളയവൻ ആദ്യമേ കടന്നുപോയി. വേഡ്സ്വർത്തും കോൾറിഡ്ജും യഥാക്രമം എൺപതും അറുപത്തിരണ്ടും വയസ്സുവരെ ജീവിച്ചിരുന്നപ്പോൾ ബൈറൺ മുപ്പത്തിയാറു വയസ്സുവരെയും, ഷെല്ലി മുപ്പതു വയസ്സുവരെയും കീറ്റ്സ് ഇരുപത്തിയേഴുവയസ്സുവരെയുമാണ് ജീവിച്ചിരുന്നത്. ഇളംതലമുറയിലെ മൂവർക്കും ഹ്രസ്വ ജീവിതമേ ഉണ്ടായിരുന്നുള്ളൂ.

ഈ അഞ്ചു പ്രതിഭാധനന്മാരെയും അതിശയിക്കുന്ന മറ്റു കവികൾ കാല്പനിക കവിതാപ്രസ്ഥാനത്തിൽ വിശ്വസാഹിത്യത്തിൽത്തന്നെയുണ്ടോയെന്ന് സംശയമാണ്. പതിനെട്ടാം നൂറ്റാണ്ടിന്റെ അവസാനത്തോടുകൂടി ഇംഗ്ലണ്ടിലുണ്ടായ ഈ കാല്പനിക നവോത്ഥാന പ്രസ്ഥാനത്തിന്റെ പ്രേരകശക്തി ഫ്രഞ്ച് വിപ്ലവമായിരുന്നെന്ന് പറഞ്ഞിരുന്നല്ലോ. ദീർഘകാലം വിവിധ കാരണങ്ങളുടെ പേരിൽ അടിച്ചമർത്തപ്പെട്ടിരുന്ന സാധാരണ ജനതയുടെ സ്വാതന്ത്ര്യാഭിവാഞ്ഛയുടെ മുന്നേറ്റം ഉണ്ടാക്കിയെടുത്ത വിപ്ലവ മുദ്രാവാക്യമായിരുന്നല്ലോ "സമത്വം, സ്വാതന്ത്ര്യം, സാഹോദര്യം" എന്നത്. ഇംഗ്ലണ്ടിൽ വ്യവസായവിപ്ലവം സൃഷ്ടിച്ച നവീന നാഗരികത ആ കാലഘട്ടത്തിൽ ജനതയുടെ നൈസർഗ്ഗിക വിശുദ്ധിയെയും നശിപ്പിച്ചിരുന്നു. ആ സാഹചര്യത്തിൽ പ്രകൃതിയിൽനിന്നും നേരിട്ട് പ്രചോദനം ഉൾക്കൊണ്ടുകൊണ്ട് ഗ്രാമീണമൂല്യങ്ങളെ കെടാതെ സൂക്ഷിക്കേണ്ടത് അത്യാവശ്യമാണെന്ന് വില്യം വേഡ്സ്വർത്ത് തന്റെ കവിതകളിലൂടെ വിശദീകരിക്കുകയും ആഹ്വാനം ചെയ്യുകയും ചെയ്തു. ഇതിന്റെ ഫലമായി നാടകം ഒഴികെയുള്ള എല്ലാ സാഹിത്യശാഖകളിലും ഈ നവ കാല്പനികത അതോടെ ഇംഗ്ലണ്ടിൽ കണ്ടുതുടങ്ങി. അതിൽ കാവ്യരചന നടത്തിയ അഞ്ചു പ്രതിഭാധനന്മാരെക്കുറിച്ച് ഇനിയുള്ള അദ്ധ്യായങ്ങളിൽ ചേർക്കുന്നു.

3

വില്യം വേഡ്സ്വർത്ത്

William Wordsworth (1770-1850)

ഇംഗ്ലീഷ് കാല്പനിക പ്രസ്ഥാനത്തെക്കുറിച്ചു പറയുമ്പോൾ ഏതൊരാളിന്റെയും ചിന്തയിലോടിയെത്തുന്ന കവി വില്യം വേഡ്സ്വർത്തായിരിക്കും. ആംഗലേയ സാഹിത്യത്തിൽ കാല്പനികതയ്ക്ക് ആരംഭമിട്ട കവികളിൽ മുഖ്യനായിരുന്നദ്ദേഹം. തുടർന്നാണ് സിദ്ധാന്തപരവും പ്രയോഗപരവുമായും അടിത്തറ നേടിക്കൊണ്ട് ഈ പ്രസ്ഥാനം വളർന്നു പന്തലിച്ചത്.

പ്രകൃതിയാണ് മനുഷ്യന്റെ ഗുരുവെന്ന് അദ്ദേഹം കരുതി. ആശ്വാസദായകനാണത്. മാത്രമല്ല, പ്രകൃതി മനുഷ്യന്റെ വഴികാട്ടിയും സുഹൃത്തും ശുശ്രൂഷകനുമാണെന്ന് അദ്ദേഹം കരുതി. കാവ്യസത്യത്തിന്റെ പ്രഭവസ്ഥാനം ഇന്ദ്രിയാനുഭവങ്ങളാണെന്നും അതിന്റെ അഗാധതയുടെ സ്രോതസ്സിൽ ആദരവുണ്ടാകണമെന്നും അദ്ദേഹം വിശ്വസിച്ചു.

ഇംഗ്ലണ്ടിലെ വളരെ പ്രകൃതിരമണീയമായ ലെയ്ക് ജില്ലയിലെ കംബർലാന്റിലെ കോക്കർമത്തിലാണ് വില്യം വേഡ്സ്വർത്ത് ജനിച്ചത്; 1770 ഏപ്രിൽ ഏഴിന്. പ്രസിദ്ധനായ നിയമജ്ഞനായിരുന്ന ജോൺ വേഡ്സ്വർത്തായിരുന്നു പിതാവ്. അദ്ദേഹത്തിന്റെ അഞ്ചു മക്കളിൽ രണ്ടാമനായിരുന്നു വില്യം. ഗ്രാമത്തിലെ സാധാരണക്കാരുടെയും ആട്ടിടയന്മാരുടെയും കൂടെയാണ് വില്യം തന്റെ ബാല്യകാലം ചെലവിട്ടിരുന്നത്. ബാലനായിരുന്നപ്പോൾ ഒട്ടും തേജസ്സില്ലാത്ത ഒരാളായിരുന്നു വില്യം.

ബാല്യത്തിൽത്തന്നെ വില്യമിന് തന്റെ മാതാപിതാക്കളെ നഷ്ടപ്പെട്ടിരുന്നു. എട്ടാം വയസ്സിൽ ആദ്യം അമ്മയാണ് അവനെ വേർപിരിഞ്ഞത്. പതിനാലാം വയസ്സിൽ അച്ഛനും. തുടർന്ന് ഒരു മാതുലന്റെ സംരക്ഷണയിലാണ് വില്യം വളർന്നത്. ഹോക്സ്ഹെഡ്സിലെ ഗ്രാമർ സ്കൂളിൽ പ്രാഥമിക വിദ്യാഭ്യാസം നേടിയശേഷം വില്യം കേംബ്രിഡ്ജിലെ സെയ്ന്റ് ജോൺസ് കോളേജിൽ ഉന്നതപഠനം തുടങ്ങി. പഠനകാലത്തു തന്നെ അദ്ദേഹം കവിതകൾ രചിച്ചിരുന്നു. *An Evening Walk* അതിന് ഒരുദാഹരണമാണ്.

സെയ്ന്റ് ജോൺസ് കോളേജിലെ ബിരുദപഠനകാലത്താണ് ഫ്രഞ്ചുവിപ്ലവം പൊട്ടിപ്പുറപ്പെട്ടത്. ഫ്രാൻസ് സന്ദർശിക്കുകയെന്നത് അദ്ദേഹത്തിന്റെ അടങ്ങാത്ത ആഗ്രഹമായി അന്നു മാറിയിരുന്നു. വിപ്ലവത്തിന്റെ "സമത്വം, സ്വാതന്ത്ര്യം, സാഹോദര്യം" തുടങ്ങിയ മുദ്രാവാക്യങ്ങളും റൂസോയുടെ മറ്റു വാക്യങ്ങളും അദ്ദേഹത്തെ ആകർഷിച്ചു. പഠനാനന്തരം 1790 ൽ അദ്ദേഹം ഫ്രാൻസിലേക്കും ആൽപ്സ് പർവ്വതനിരകളിലേക്കും ഇറ്റലിയിലേക്കും യാത്രയാരംഭിച്ചു. കാൽനടയായിട്ടായിരുന്നു മിക്ക യാത്രയും. 1791 ൽ ഫ്രാൻസിലേക്ക് തിരികെ വന്നശേഷം രണ്ടുവർഷത്തോളം അവിടെ താമസിച്ചു. ഫ്രാൻസിൽ അലയടിച്ചുനിന്ന വിപ്ലവവും വിപ്ലവാശയങ്ങളും അദ്ദേഹത്തെ ത്രസിപ്പിച്ചു. വിപ്ലവകാലയളവിൽത്തന്നെ തനിക്കു ജീവിച്ചിരിക്കാൻ കഴിഞ്ഞതിൽ അദ്ദേഹം ഭാഗ്യം കണ്ടു. വിപ്ലവത്തിനു നേതൃത്വം നല്കിക്കൊണ്ടിരുന്ന ജിറോന്റിസ്റ്റ് പാർട്ടിയിൽ പ്രവർത്തിക്കാനും അദ്ദേഹം ആഗ്രഹിച്ചു.

ഫ്രാൻസിൽ താമസിച്ചുകൊണ്ടിരിക്കേ, 1791 ഡിസംബറിൽ ആനറ്റ് വലോൺ എന്നൊരു പെൺകുട്ടിയുമായി വില്യം പ്രണയത്തിലായി. വില്യമിനേക്കാൾ നാലു വയസ്സു കൂടുതലായിരുന്നു അവൾക്ക്. ഒരു ഡോക്ടറുടെ മകളായിരുന്നു അവൾ. അവർ തമ്മിലുള്ള ബന്ധത്തിൽ കരോലിൻ എന്നൊരു കുഞ്ഞും 1792 ൽ അവർക്കു പിറന്നു.

റൂസോയുടെ ഫ്രഞ്ച് വിപ്ലവാശയത്തിന് ശക്തി കൂടിക്കൊണ്ടേയിരുന്നു. ആ കാലഘട്ടങ്ങളിൽ ഫ്രാൻസിലും ഇംഗ്ലണ്ടിലും ജർമ്മനിയിലും പല രൂപങ്ങളിൽ മുളച്ചുവന്ന കാല്പനികാശയങ്ങൾ നിറഞ്ഞ സാഹിത്യരൂപങ്ങളിൽ റൂസോയുടെ ആദർശാശയങ്ങളും സ്വാധീനിച്ചിരുന്നു. റൂസോ പറഞ്ഞു: "മലീമസമാക്കപ്പെടാത്ത പ്രകൃതി ഉത്തമം." "പുരോഗമനം എന്നത് പ്രകൃതിയെ മലീമസമാക്കലാണ്." "ഞാൻ സൃഷ്ടിക്കപ്പെട്ടിരിക്കുന്നത് ഞാൻ കണ്ടിട്ടുള്ളവരെപ്പോലെയല്ല; ഞാൻ ജീവിച്ചിരിക്കുന്ന ആരെയുംപോലെയുമല്ല. മറ്റുള്ളവരേക്കാൾ ഞാൻ മെച്ചപ്പെട്ടവനാണെന്നില്ല; എങ്കിലും ഞാൻ വ്യത്യസ്തനാണ്." റൂസോയുടെ ഇത്തരം ഉയർന്ന തത്ത്വചിന്തകളിൽ വില്യം ആകൃഷ്ടനായിത്തീർന്നു. പക്ഷേ, ഫ്രഞ്ചു വിപ്ലവത്തിന്റെ അടുത്ത ഘട്ടത്തിൽ വിപ്ലവത്തിന്റെ ആദർശപരമായ മുദ്രാവാക്യത്തിന് തെളിച്ചം വില്യമിനു കുറഞ്ഞു തുടങ്ങി. മാത്രമല്ല, അദ്ദേഹത്തിന്റെ വിപ്ലവവൈകാരികതയും തണുത്തുറഞ്ഞു തുടങ്ങി

യിരുന്നു. അദ്ദേഹം ഒരു യാഥാസ്ഥിതികനായി മാറിത്തുടങ്ങിയെന്ന് പറയാം. ഏതാനും ദിവസം കഴിഞ്ഞപ്പോൾ അദ്ദേഹം ഫ്രാൻസിൽനിന്നും ഇംഗ്ലണ്ടിലേക്ക് മടങ്ങി. അദ്ദേഹത്തിന് ആനറ്റ്വാലോണിൽ കരോലിൻ ജനിച്ചിട്ട് കുറച്ചുദിവസമേ ആയിട്ടുണ്ടായിരുന്നുള്ളൂ അപ്പോൾ. ഭാര്യയെയും മകളെയും ഒപ്പംകൂട്ടാൻ അന്നത്തെ രാഷ്ട്രീയ സംവിധാനം അദ്ദേഹത്തെ അനുവദിച്ചിരുന്നില്ല. ഉടനെ ഫ്രാൻസിൽ മടങ്ങിയെത്താമെന്ന ധാരണയോടെയാണ് അദ്ദേഹം അവിടംവിട്ടുപോന്നത്. പക്ഷേ, ഇംഗ്ലണ്ടിലേക്കു വന്ന അദ്ദേഹം പിന്നീട് ഫ്രാൻസിലേക്ക് മടങ്ങിപ്പോയതേയില്ല. തുടർന്ന്, ഫ്രഞ്ച് വിപ്ലവം ഫ്രാൻസും ഇംഗ്ലണ്ടും തമ്മിലായപ്പോൾ, വിപ്ലവത്തെ സംബന്ധിച്ച അവസാന ഊഷ്മള വികാരവും അദ്ദേഹത്തിനു നഷ്ടപ്പെട്ടു. മകളെയും തന്നെയും കൂട്ടിക്കൊണ്ടുപോകാൻ അപേക്ഷിച്ചുകൊണ്ട് ആനറ്റ്വാലോൺ പലതവണ വില്യമിനു കത്തെഴുതി. പക്ഷേ, വില്യം തന്റെ ഭാര്യയെയും മകളെയും ക്രമേണ ഒഴിവാക്കുകയും ഉപേക്ഷിക്കുകയുമായിരുന്നു ഉണ്ടായത്.

വില്യം വേഡ്സ്വർത്ത് ആദ്യകാലഘട്ടങ്ങളിൽ എഴുതിയ *പ്രില്യൂഡിലെ വോഡ്രാകോർ*–ജൂലിയ ബന്ധം ആനറ്റുമായി കവിക്കുണ്ടായിരുന്ന ബന്ധമാണെന്ന് പറയപ്പെടുന്നു. മറ്റുപല കവിതകളിലും ഈ ബന്ധം പരോക്ഷമായിട്ടെങ്കിലും പറയപ്പെടുന്നുണ്ടെന്നും കരുതുന്നുണ്ട്.

ഇംഗ്ലണ്ടിൽ എത്തിയ വില്യം വേഡ്സ്വർത്ത് കവിതകൾ പ്രസിദ്ധീകരിച്ചു തുടങ്ങി. വിപ്ലവത്തിൽ യാതൊരു വിശ്വാസവുമില്ലായിരുന്ന ചിന്തകനായിരുന്ന വില്യം ഗോഡ്വിന്റെ ആശയങ്ങൾ അപ്പോഴേക്കും അദ്ദേഹത്തിനെ സ്വാധീനിച്ചു തുടങ്ങിയിരുന്നു. *The Guilt and Sorrow, The Borders* തുടങ്ങിയവ രചിച്ചപ്പോൾ ഗോഡ്വിന്റെ തത്വചിന്തകളായിരുന്നു അദ്ദേഹത്തിന്റെ മനസ്സിൽ പോരാടിയിരുന്നത്. എല്ലാവിധ തിന്മകളുടെയും അടിത്തറ സാമൂഹികമായ ഇച്ഛയാണെന്നാണ് ഗോഡ്വിൻ കരുതിയത്; മനുഷ്യൻ നിർവ്വികാരമായ ഒരു മൂർത്തതയാണ്. പക്ഷേ, പുതിയ പുതിയ ജീവിതാനുഭവങ്ങളിൽ അനുദിനം പ്രവേശിച്ചുകൊണ്ടിരുന്ന അദ്ദേഹത്തിന് ഗോഡ്വിന്റെ ചിന്താശയങ്ങളും ഒന്നുമല്ലാതായിത്തുടങ്ങുകയും ഡേവിഡ് ഹാർട്ലിയുടെ ദർശനങ്ങൾക്ക് തുടർന്ന് അടിമപ്പെടുകയും ചെയ്തു. വികാരജീവിതത്തിനാണ് അദ്ദേഹം പ്രാമുഖ്യം കല്പിച്ചിരുന്നത്.

1795 ലാണ് വില്യം വേഡ്സ്വർത്ത് പ്രശസ്ത ചിന്തകനും കവിയുമായ കോൾറിഡ്ജുമായി സൗഹൃദത്തിലായത്. ഈ സൗഹൃദം ഇരു കവികളുടെയും തുടർജീവിതത്തിലെ വളരെ വലിയ വഴിത്തിരിവായിരുന്നു. ഇംഗ്ലീഷ് സാഹിത്യത്തിലെ കാല്പനിക പുനരുദ്ധാനത്തിന് കാരണമായതും ഇവർ തമ്മിലുള്ള സൗഹൃദമായിരുന്നു. കോൾറിഡ്ജിന്റെ താമസസ്ഥലമായ അൽഫോക്സ്ഡനിലേക്ക്, തുടർന്ന് വേഡ്സ്വർത്ത് തന്റെ താമസം മാറ്റുകയും ചെയ്തു. അദ്ദേഹത്തിന്റെ അവിവാഹിതയായിരുന്ന സഹോദരി ഡൊറോത്തിയും ഒപ്പം താമസത്തിനുണ്ടായിരുന്നു. വേഡ്സ്

വർത്തിന്റെ കാവ്യരചനയ്ക്കെന്നും ഒരു പ്രചോദനമായിരുന്നത് ആ സഹോദരിയായിരുന്നു. ഇരുകവികളും ഒന്നിച്ചു യാത്രചെയ്യുകയും സാഹിത്യ ചർച്ചകളിൽ ഏർപ്പെടുകയും ചെയ്തു. ഇരുവരും ചേർന്ന് 1798 ൽ *ലിറിക്കൽ ബല്ലാഡ്സ്* എന്ന കവിതാസമാഹാരം പ്രസിദ്ധപ്പെടുത്തി. ഇംഗ്ലീഷ് കാല്പനിക പുനരുദ്ധാനത്തിന് കാരണമായത് ഈ ഗ്രന്ഥമായിരുന്നു.

ഡേവിഡ് ഹാർട്ലിയുടെ ദർശന സ്വാധീനം ഇതിലെ വിവിധ കവിതകളിൽ കാണാമായിരുന്നു. ആരംഭത്തിൽ തണുത്ത സ്വീകരണമാണിതിനു ലഭിച്ചതെങ്കിലും, തുടർന്ന് ഊഷ്മളമായ അംഗീകാരം ലഭിച്ചു. വേഡ്സ്വർത്തിന്റെ പ്രസിദ്ധമായ കവിതകളിൽ ഒന്നായ *ടിന്റേൺ ആബി* ഈ കാവ്യസമാഹാരത്തിലാണുണ്ടായിരുന്നത്. ആത്മവിനാശ ശക്തികൾക്കുമേലുള്ള സർഗ്ഗശക്തിയുടെ വിജയമാണ് ഈ കവിതയെന്ന് വിശേഷിപ്പിക്കപ്പെടുന്നു. നിയോ ക്ലാസിസിസത്തിനെതിരായ ഒരു ലഹളയായിരുന്നു ഈ *ലിറിക്കൽ ബല്ലാഡ്സ്*. നിയോ ക്ലാസിസിസത്തിൽ കാവ്യരചനകൾ കൃത്രിമ ശൈലിയുള്ളതായിരുന്നു. കാവ്യവിഷയങ്ങൾ ജീവിതഗന്ധിയില്ലാത്തതും ശബ്ദ സൗന്ദര്യത്തിനുവേണ്ടി കാര്യങ്ങൾ വളച്ചുകെട്ടി പറയുകയും ചെയ്യുന്നതായിരുന്നു. എന്നാൽ ഇവയിൽനിന്നും വ്യത്യസ്തമായി ജീവിതവുമായി ബന്ധപ്പെട്ട വൈകാരികതകളും സംഭവങ്ങളും സ്വാഭാവികമായ ശൈലിയിൽ വിവരിക്കുകയാണ് വേഡ്സ്വർത്തും കോൾറിഡ്ജും ചെയ്തത്. കാല്പനികതയുടെ വിശേഷണങ്ങളായ ആത്മനിഷ്ഠതയും ഭാവാത്മകതയും ആദർശപ്രേരിതമായ മനോഭാവവും പ്രകൃത്യാതീത വിഷയങ്ങളിലെ കാവ്യങ്ങളിലും അവർ നിലനിർത്തി.

തുടർന്ന് വില്യം വേഡ്സ്വർത്ത് തന്റെ സഹോദരിയുമൊത്ത് ജർമ്മൻ പര്യടനത്തിനു പുറപ്പെട്ടു. ഏതാണ്ട് ആറുമാസത്തെ പര്യടനം. തുടർന്ന് മടങ്ങിവന്ന അവർ ലെയ്ക് ജില്ലയിലെ തന്നെ ഗ്രാസ്മോർ ഗ്രാമത്തിൽ ഡവ്കോട്ടേജിൽ താമസമാക്കി. 1802 ൽ തുടർന്ന് *ലിറിക്കൽ ബല്ലാഡ്സി*ന്റെ രണ്ടാം പതിപ്പിറങ്ങി. അതിൽ അദ്ദേഹം എഴുതിയ മുഖവുര കാല്പനിക പ്രസ്ഥാനത്തിന്റെ പ്രകടനപത്രിക തന്നെയായിരുന്നു. “പ്രബലമായ വികാരങ്ങളുടെ നൈസർഗ്ഗികമായ പ്രവാഹമാണ് കവിത” എന്നായിരുന്നു അദ്ദേഹം അതിൽ കവിതയ്ക്കു നല്കിയ നിർവ്വചനം.

അതേ വർഷത്തിൽ ഒക്ടോബർ നാലിന് വില്യം വേഡ്സ്വർത്ത് രണ്ടാമത് ഒരു വിവാഹം കഴിച്ചു. മേരി ഹച്ചിൻസണായിരുന്നു ഭാര്യ. ഫ്രാൻസിൽ വച്ച് ആനറ്റിനെ വിവാഹം കഴിക്കുന്നതിനു മുമ്പ് അദ്ദേഹം പ്രേമിച്ചു നടന്നിരുന്ന പെണ്ണായിരുന്നു മേരി ഹച്ചിൻസൺ. വേഡ്സ്വർത്തിന്റെ ഒരു അകന്ന ബന്ധു കൂടിയായിരുന്നു അവൾ. ആനറ്റിനെ ഉപേക്ഷിച്ച് ഇംഗ്ലണ്ടിലേക്ക് വന്നതിനുശേഷം ഇവരുടെ പ്രേമം വീണ്ടും തുടരുകയായിരുന്നു. ആനറ്റിയുമായുള്ള ബന്ധത്തിൽ പിറന്ന കാരോലിനെപ്പറ്റിയും മേരിക്കറിയാമായിരുന്നു. ഇവരുടെ സമ്മതം തേടിയശേഷമാണ് മേരിയെ അദ്ദേഹം വിവാഹം ചെയ്തതെന്നും പറയപ്പെടുന്നു. മേരിക്ക് അഞ്ചു മക്കളുണ്ടായിരുന്നു.

ജീവിതം മുഴുവൻ കവിതയ്ക്കായി സമർപ്പിക്കാൻ വേഡ്സ്‌വർത്ത് ആഗ്രഹിച്ചു. പ്രകൃതി നിരീക്ഷണവും പര്യടനങ്ങളും അതിന്റെ ഭാഗമാക്കി അദ്ദേഹം മാറ്റി. അത് അദ്ദേഹത്തിന് വിവിധ കവിതകൾക്ക് പ്രചോദനമായി. കോൾറിഡ്ജിനെപ്പോലെ തന്നെ വാൾട്ടർ സ്കോട്ടും റോബോർട്ട് സഥെയും ഒക്കെ അദ്ദേഹത്തിന്റെ സുഹൃത്തുക്കളായിരുന്നു. പക്ഷേ, വല്ലാത്ത 'അഹം' ഭാവം ഉണ്ടായിരുന്നതിനാൽ സുഹൃത്തുക്കളുമായി ഇടയ്ക്കിടെ പിണങ്ങിയിരുന്നു; കോൾറിഡ്ജിനോടുപോലും. മറ്റുള്ളവരെ അംഗീകരിക്കാനുള്ള മനസ്സ് അദ്ദേഹത്തിനില്ലാതെ പോയതായിരുന്നു പിണക്കത്തിനു പലതിനും കാരണം.

ജീവിത പ്രാരാബ്ധങ്ങൾ കൂടിക്കൂടി വന്നതിനാൽ കവിതകൊണ്ടു മാത്രം ജീവിക്കാൻ പറ്റാത്ത അവസ്ഥയായി അദ്ദേഹത്തിന്. ഒരു ബദൽ തൊഴിൽകൂടി വേണമെന്ന് അദ്ദേഹം ആഗ്രഹിച്ചു. ഭാഗ്യദേവത അദ്ദേഹത്തെ കടാക്ഷിച്ചു എന്നുതന്നെ പറയാം. 1813 ന് അദ്ദേഹത്തിന് വെസ്റ്റ് മൂർലാന്റിലെ സ്റ്റാമ്പ് വിതരണ ജോലി ലഭിച്ചു. ഒപ്പം അദ്ദേഹം ധാരാളം കവിതകൾ എഴുതിക്കൊണ്ടിരുന്നു. ഡർഹൻ സർവ്വകലാശാല 1838 ലും ഓക്സ്ഫോർഡ് സർവ്വകലാശാല 1839 ലും അദ്ദേഹത്തിന് ബിരുദങ്ങൾ നല്കി ആദരിച്ചു. 1842 ൽ മുന്നൂറ് പവൻ പെൻഷൻ സർക്കാരും നല്കി.

ഉദാത്തമായ ശൈലി മുതൽ അപഹാസ്യമായ ശൈലി വരെ സ്വീകരിച്ചിരുന്ന വില്യം വേഡ്സ്‌വർത്ത് 1850 ഏപ്രിൽ 23 ന് ലോകത്തുനിന്നും യാത്ര പറഞ്ഞു. അദ്ദേഹത്തിന്റെ സ്വവസതിക്കടുത്തുള്ള ഗ്രാസ്മോറിലെ ദേവാലയാങ്കണത്തിൽ അദ്ദേഹമിന്ന് അന്ത്യവിശ്രമം കൊള്ളുന്നു.

വില്യം വേഡ്സ്‌വർത്തിന്റെ പ്രധാന കൃതികൾ

1. *An Evening Walk*
   (*ഒരു സായാഹ്ന സഞ്ചാരം*) കലാലയകാലത്തെ ഒരു കവിത.
2. *Descriptive sketches*
   (*വിവരണാത്മക ചിത്രങ്ങൾ*)
3. *The Guilt and Sorrow*
   (*കുറ്റബോധവും സങ്കടവും*) ദുഃഖിതയായ ഒരാത്മാവിന്റെ ലക്ഷ്യമില്ലാത്ത അലച്ചിലുകളാണ് ഇതിലെ പ്രതിപാദ്യം.
4. *The Borders*
   (*അതിർത്തികൾ*). ഒരു കാവ്യ നാടകമാണിത്. ഒരു ദുരന്ത നാടകം. ഗോഡ്വിൻ ദർശനങ്ങൾ കവിയിൽ ആഴത്തിൽ സ്വാധീനിച്ചതായി ഈ കവിതയിൽ കാണാം.
5. *The Lyrical Ballads*
   (*ഭാവാത്മക സരള ഗീതങ്ങൾ*). കോൾറിഡ്ജുമായി ചേർന്ന് 1798 ൽ പ്രസിദ്ധീകരിച്ചത്. ഇംഗ്ലീഷ് കാല്പനിക പുനരുദ്ധാരണത്തിന് ആരംഭമിട്ട കൃതി. വേഡ്സ്‌വർത്തിന്റെ പത്തൊമ്പത് കവിതകൾ ഇതിലുണ്ട്.

6. *The Prelude*

(*മുഖവുര*) പതിനാലു ഭാഗങ്ങളുള്ള ആത്മകഥാപരമായ ദീർഘകാവ്യം. മാനസിക വികാസത്തിന്റെ കഥയാണിതിൽ. ജോൺ മിൽട്ടന്റെ *പാരഡൈസ് ലോസ്റ്റി*നുശേഷമുണ്ടായ മഹത്തായ ദീർഘകാവ്യമാണിത്. 1805 ൽ പ്രസിദ്ധം ചെയ്തു.

7. *The Excursion*

(*പഠന സഞ്ചാരം*) പ്രില്യൂഡിന്റെ രണ്ടാം ഭാഗമാണിത്. ഒൻപത് ഖണ്ഡങ്ങൾ ഇതിനുണ്ട്. 1841 ൽ പ്രസിദ്ധം ചെയ്തു.

8. *The Recluse*

(*ഭിക്ഷാംദേഹി*) പ്രില്യൂഡിന്റെ മൂന്നാംഭാഗം. അപൂർണ്ണമാണ് ഈ കൃതി.

9. *Resolution and Independence*

(*ദൃഢചിത്തതയും സ്വാതന്ത്ര്യവും*). *1807 ലെ പോയംസ് ഇൻടു വോള്യംസ്* എന്ന ഗ്രന്ഥത്തിൽ പ്രസിദ്ധം ചെയ്തിരുന്ന കവിത. പ്രകൃതിയെ ആശ്രയിച്ചു ജീവിച്ചിരുന്ന അട്ടപിടുത്തക്കാരന്റെ ജീവിതത്തിൽനിന്നും പഠിച്ച ഈ സ്വഭാവവിശേഷങ്ങൾ കവിയെ ഒരു ശുഭാപ്തി വിശ്വാസിയാക്കിയ കഥ പറയുന്നതാണ് ഈ കവിത.

10. *Ode on the Intimations of Immortality and Recollections of Eary childhood.*

(*അനശ്വരതയാർന്ന അറിവിനോടും പൂർവ്വശൈശവകാലത്തിലെ ഓർമ്മയോടും*). Immortality ode എന്ന ചുരുക്കപ്പേരിൽ ഈ കവിത അറിയപ്പെടുന്നു. ശൈശവകാലത്തെ പുകഴ്ത്തുന്ന ഒരു കവിത. *പോയംസ് ഇൻടു വോള്യംസിൽ* ഇത് ചേർത്തിട്ടുണ്ട്.

11. Lines Composed a Few Miles above Tintern Abbey on Revisiting the Bank of the Wye During a Tour, July 13, 1798

(1798 ജൂലൈ 13 ന് ഒരു യാത്രാവേളയിൽ വൈ നദിയുടെ തീരത്ത് പുനസ്സന്ദർശനത്തിനെത്തിയപ്പോൾ റ്റിന്റേൺ ദേവാലയത്തിൽ നിന്നും ഏതാനും മൈലുകൾക്കു മുകളിൽവച്ച് എഴുതിയ കുറച്ചു ശകലങ്ങൾ). പ്രകൃതിയെ സംബന്ധിച്ച ദർശന ചിന്തകളാണിതിൽ. *Tintern Abbey Lines* എന്ന ചുരുക്കപ്പേരിലും ഈ കവിത അറിയപ്പെടുന്നു. വിവേകാനന്ദനെ സ്വാധീനിച്ച കൃതിയാണിത്.

12. *Michael*

(മൈക്കൽ)ഗ്രാമീണരുടെ എളിയജീവിതം വിവരിക്കുന്ന ഒരു കവിത. 1800 ൽ എഴുതിയത്.

13. *Laodamia*

(*ലാവോദാമിയ*) ട്രോജൻ യുദ്ധ പശ്ചാത്തലത്തിലെഴുതിയ ഒരു കവിത. യുദ്ധത്തിൽ കൊല്ലപ്പെട്ട ഒരു പ്രഭു നായികയെ സന്ദർശിക്കുന്നതാണ് കഥ.

14. *Yarrow Unvisited, Yarrow Visited, Yarrow Revisited.*
(സന്ദർശിക്കാത്ത യാരോ, യാരോ സന്ദർശിച്ചപ്പോൾ, യാരോ പുനസ്സന്ദർശനം നടത്തിയപ്പോൾ). തന്റെ സ്കോട്ടലാന്റിലേക്കുള്ള പര്യടനനാളിൽ എഴുതിയ മൂന്നു കവിതകൾ. 1813 –1815 വർഷങ്ങളിലാണ് ഈ കവിതകൾ എഴുതിയത്.
15. *The White Day of Rilestone*
1815 ലെഴുതി.
16. *Peter Bell*
(പീറ്റർ ബെൽ) 1819 ൽ എഴുതിയത്
17. *The Wagoner*
(വണ്ടിക്കാരൻ)
18. *The Charactor of the Happy Warrior*
(സന്തുഷ്ടവാനായ യോദ്ധാവിന്റെ പ്രകൃതം)
19. *We are Seven*
(നാം ഏഴുപേർ)
20. *Lucy*
(ലൂസി)

ലഘു കവിതകളും ഗീതകങ്ങളും ധാരാളം വില്യം വേഡ്സ്വർത്ത് രചിച്ചിട്ടുണ്ട്. പ്രധാനപ്പെട്ടവ ചുവടെ ചേർക്കുന്നു:

1. *Beggars*
(യാചകൻ)
2. *To the Cuckoo*
(കുയിലിനോട്)
3. *The Idiot Boy*
(വിഡ്ഢിച്ചെക്കൻ)
4. *Three Years She Grew*
(മൂന്നുവർഷം അവൾ വളർന്നു)
5. *It is a Beautiful Evening*
(ഇതൊരു സുന്ദരസായാഹ്നം)
6. *I Heard a Thousand Blended Notes*
(ഞാൻ ഒരായിരം ലയതാളങ്ങൾ കേട്ടു)
7. *Ode to Outy*
(കടമയോട്)
8. *Sweet Highland Girl*
(കുന്നിൻപുറത്തെ സുന്ദരിക്കോത)
9. *There was a Boy Ye know Him well Ye Cliffs*
(താഴ്വാരങ്ങളെ നിങ്ങൾക്ക് നന്നായിട്ടറിയാമായിരുന്ന ഒരു പയ്യനവിടെയുണ്ടായിരുന്നു)

10. *The Solitary Reaper*
(ഏകാന്തമായ കൊയ്ത്തുകാരി)
11. *Goody Blake and Harry Gill*
(ഹാരിഹില്ലും ഗുഡിബ്ലേക്കും)
12. *To Milton*
(മിൽട്ടനോട്)
13. *Upon West minister Bridge*
(വെസ്റ്റ് മിനിസ്റ്റർ പാലത്തിനുമീതെ)
14. *French Revolution*
(ഫ്രഞ്ചു വിപ്ലവം)
15. *Nun Fret Not*
(കന്യാസ്ത്രീയേ, പരിഭ്രമിക്കേണ്ട)
16. *She Dwelt among the Untrodden Ways*
(ആൾ സഞ്ചാരമില്ലാത്ത വഴികൾക്കിടയിൽ അവൻ വസിച്ചു)
17. *In the Sweet Shire of Cardigan*
(രോമക്കുപ്പായത്തിന്റെ സുന്ദരനാട്ടിൽ)
18. *Daffodils*
(ഡാഫോഡിൽസ്/മഞ്ഞപ്പൂക്കൾ)
19. *Anecdote for Fathers*
(പിതാക്കന്മാർക്കായി ഒരു കഥ)
20. *Anecdote for Brothers*
(സഹോദരന്മാർക്കുവേണ്ടി ഒരു കഥ)
21. *The Rainbow*
(മഴവില്ല്)
22. *I Wandered Lonely as a Cloud*
(ഒരു മേഘത്തെപ്പോലെ ഏകാകിയായി ഞാൻ അലഞ്ഞു നടന്നു)
23. *The World is too much with Us*
(ഈ ലോകം നമുക്ക് ധാരാളമാണ്.)
24. *Song Dedicated to National Independence and Liberty*
(ദേശീയ സ്വാശ്രയത്വത്തിനും സ്വാതന്ത്ര്യത്തിനും സമർപ്പിക്കുന്ന ഗാനം)
25. *I thought of Thee*
(ഞാൻ നിന്നെക്കുറിച്ചാലോചിച്ചു)
26. *Sonnet on Sonnet*
(ഗീതകത്തെപ്പറ്റിയുള്ള ഗീതകം)
27. *We must be Free or Die*
(നാം സ്വതന്ത്രരാകണം അല്ലെങ്കിൽ മരിച്ചിരിക്കണം)
28. To a Distant Friend
(അകന്ന ഒരു ചങ്ങാതിക്ക്)
29. *The Sonnet*
(ഗീതകം)

30. *The Same*
(*അതുതന്നെ*)
31. *England and Switzerland*
(*ഇംഗ്ലണ്ടും സ്വിറ്റ്സർലാന്റും*)
32. *The inner vision*
(*ഉൾക്കാഴ്ച*)
33. *A Lesson*
(*ഒരുപാഠം*)
34. *Nature and the Poet*
(*പ്രകൃതിയും കവിയും*)
35. *While resting on the Bridge at the Foot of Brothers water*
(സഹോദരന്റെ ജലത്തിന്റെ ചുവട്ടിലെ പാലത്തിൽ വിശ്രമിക്കുമ്പോൾ) മുതലായവ.

വേഡ്സ്വർത്തിന്റെ പ്രകൃതിദർശനം

വേഡ്സ്വർത്തിന്റെ ആദ്യകാല കവിതകളിൽ കാല്പനിക ഘടകങ്ങൾ അവ്യക്തമായിരുന്നെങ്കിലും അദ്ദേഹത്തിനു പ്രകൃതിയോടുള്ള ബന്ധം വളരെ വ്യക്തമായിരുന്നു. അദ്ദേഹം തന്റെ കലാലയജീവിതത്തിനിടയിൽ പ്രസിദ്ധീകരിച്ച കവിതകൾ *ഒരു സായാഹ്നസഞ്ചാരം, വിവരണാത്മക ചിത്രങ്ങൾ* എന്നിവ അവയ്ക്കുദാഹരണമാണ്. തുടർന്നുള്ള അദ്ദേഹത്തിന്റെ മിക്ക കവിതകളിലും കാല്പനികഘടകങ്ങളും വ്യക്തമായ പ്രകൃതിദർശനവും പ്രതിഫലിച്ചിരുന്നു.

വേഡ്സ്വർത്ത് ഒരു പ്രകൃത്യുപാസകനായിരുന്നു. പ്രകൃതി കനിഞ്ഞു നല്കിയ ആനന്ദവായ്പിലാറാടി അതിന്റെ നിഗൂഢമായ സ്രോതസ്സ് കണ്ടെത്തി വിനയാന്വിതനായിനിന്ന കവിയായിരുന്നു അദ്ദേഹം. പ്രകൃതിയുടെ മുന്നിൽ അദ്ദേഹം ഇത്രയും വിനീതനാകുന്നതിനുള്ള കാരണം അദ്ദേഹം തന്റെ കവിതയിൽത്തന്നെ പറയുന്നുണ്ട്. *Dejection an Ode* ലെ ഈരടികൾ ചുവടെ ചേർക്കുന്നു:

> "നാം കൊടുക്കുവതതുമാത്രമേ നാം നേടുന്നു
> പ്രകൃതീദേവി ജീവിപ്പതോ നമ്മുടെ ജീവിതേ മാത്രം"

മനുഷ്യനും ജീവജാലങ്ങളും സസ്യങ്ങളും മണ്ണും മഴയും കാറ്റും തുടങ്ങി എല്ലാവിധ ചേതനവും അചേതനവുമായ ഘടകങ്ങൾ അടങ്ങിയതാണ് വേഡ്സ്വർത്തിന്റെ പ്രകൃതി സങ്കല്പം. ആശ്വാസദായകനും ഒരത്താണിയായും പ്രകൃതി അദ്ദേഹത്തിനു വർത്തിക്കുന്നു. പ്രകൃതിയോട് നേരിട്ടിണങ്ങി ജീവിക്കുന്ന സാധാരണക്കാരായ ഗ്രാമീണരോട് അദ്ദേഹത്തിന് ബഹുമാനവും ആരാധനയും ഉണ്ടായിരുന്നു. ആദ്ധ്യാത്മികപരമായാണ് അദ്ദേഹം പ്രകൃതിയെ വീക്ഷിച്ചത്. ശൈശവ, യൗവന

വാർദ്ധക്യകാലങ്ങളിൽ അദ്ദേഹം പ്രകൃതിയെ സ്നേഹിച്ചും യൗവനത്തിൽ പ്രകൃതിയെ അദ്ദേഹം ഒരു കാമുകിയായി കണ്ടു. പ്രകൃതിയോടുള്ള തന്റെ ഇഷ്ടത്തിൽ ബഹിർസ്ഫുരണമെന്നോണം "റ്റിന്റേൺ ആബി"യൽ അദ്ദേഹം പ്രകൃതിയെ തന്റെ വഴികാട്ടിയും ശുശ്രൂഷകയും രക്ഷകർത്താവും ചിന്തകളുടെ സങ്കരവുമായി കാണുന്നുണ്ട്.

വേഡ്സ്വർത്തിന്റെ കാവ്യ സങ്കല്പം

വേഡ്സ്വർത്ത് തന്റെ *ലിറിക്കൽ ബല്ലാഡ്സി*ന്റെ രണ്ടാം പതിപ്പിലെ ആമുഖത്തിൽ ഇങ്ങനെ പറയുന്നു:

> മനുഷ്യർ യഥാർത്ഥത്തിൽ ഉപയോഗിക്കുന്ന ഭാഷയിൽനിന്നും വാക്കുകൾ കണ്ടെടുത്ത്, കഴിയുന്നിടത്തോളം അത്തരം വാക്കുകൾ തന്നെ ഉപയോഗിച്ച് സാധാരണ ജീവിതത്തിലെ സംഭവങ്ങളും അവസ്ഥകളും വിവരിക്കുകയെന്നതാണ് ഈ കവിതകളിൽ ഉദ്ദേശിച്ചിരിക്കുന്ന മുഖ്യലക്ഷ്യം. ഈ വിവരണങ്ങൾക്ക് ഭാവനയുടെ വർണ്ണം ചാർത്തിക്കൊണ്ട് സാധാരണ കാര്യങ്ങളിലെ അസാധാരണത്വം വായനക്കാർക്ക് ബോദ്ധ്യപ്പെടുത്തുകയും വലിയ ആർഭാടങ്ങളൊന്നുമില്ലാതെ ആത്മാർത്ഥമായിത്തന്നെ ഈ സംഭവങ്ങളിലൂടെയും അവസ്ഥകളിലൂടെയും നമ്മുടെ സ്വഭാവത്തിന്റെ അടിസ്ഥാന നിയമങ്ങൾ കണ്ടെത്താൻ ശ്രമിക്കുകയും തദ്വാര അവയ്ക്ക് രസം പകരാൻ ശ്രമിക്കുകയും ചെയ്തിട്ടുണ്ട്. (Preface to *Lyrical Ballads*)

സാധാരണക്കാരുടെ ഭാഷ ഉപോയോഗിക്കാനാണ് വേഡ്സ്വർത്ത് തന്റെ കവിതകളിൽ ശ്രമിച്ചിട്ടുള്ളത്. വൈവിദ്ധ്യ പൂർണ്ണമായ വികാരവിക്ഷോഭങ്ങൾക്ക് പാത്രീഭൂതരാകുന്ന മനുഷ്യരുടെ യഥാർത്ഥ ഭാഷയിൽനിന്നും മറ്റൊരു കാവ്യഭാഷ കണ്ടെടുക്കുമ്പോൾ, കാവ്യശൈലി അകൃത്രിമമാകുന്നു. മാത്രമല്ല, ഗ്രാമീണരുടെ എളിയജീവിതം പ്രമേയമാക്കുകയായിരുന്നു അദ്ദേഹത്തിന്റെ ഇഷ്ടം. അദ്ദേഹം പറയുന്നു:

> ഹൃദയത്തിന്റെ മൗലിക വികാരങ്ങൾക്ക് നിയന്ത്രണങ്ങൾ കുറവായതിനാലും അവയ്ക്ക് പൂർണ വളർച്ചയാർജ്ജിക്കാൻ കഴിയുന്നിടമുള്ളതുകൊണ്ടും നാട്ടിൻപുറത്തെ വിനീതവും സാധാരണവുമായ ജീവിതമാണ് ഇവിടെ തിരഞ്ഞെടുത്തിരിക്കുന്നത്. അത്തരം പ്രാഥമിക വികാരങ്ങളുടെ ഭാഷ ശക്തിയുള്ളതും വ്യക്തവും ആയിരിക്കുകയും ലാളിത്യംനിറഞ്ഞ ചുറ്റുപാടിൽ സഹവർത്തിക്കുകയും ചെയ്യുന്നതിനാൽ വികാരങ്ങളെ കൂടുതൽ മനസ്സിലാക്കാനും അവയെ ശക്തമായ ഭാഷയിൽ പ്രകടിപ്പിക്കാനും കഴിയുന്നു. (Preface to *Lyrical Ballads*).

കവിതയുടെ ലക്ഷ്യം പൊതുവായ സത്യമാണ്. ശക്തമായ വികാരങ്ങളുടെ നൈസർഗ്ഗിക പ്രവാഹമാ(spontaneous overflow of powerful feelings)ണത്. പ്രശാന്തതയിൽ ഓർത്തെടുക്കുന്ന മാനസികഭാവ(emotions recollected in tranquility)ത്തിലാണ് അതിന്റെ ഉറവ കാണുന്നത്. വികാരനിർഭരമായ അനുഭവം ഓർത്തെടുക്കുമ്പോൾ ക്രമേണ ശാന്തമായ അവസ്ഥ മാറി മനസ്സ് വികാരം കൊണ്ടുനിറയുന്നു(the emotion is contemplated till, by species of re-action, the tranquility gradually disappears). ഏതു അനുഭവമാണോ ഓർമ്മിച്ചു നോക്കുന്നത് ആ അനുഭവം ഉണ്ടായ സമയത്തെ വികാരം മനസ്സിൽ വന്നു നിറയുന്നു (an emotion kindered to that which was before me subject of contemplation). ഈ അവസ്ഥയിലാണ് കവിതാരചന വന്നെത്തുന്നതെന്നാണ് വേഡ്സ്‌വർത്തിന്റെ അഭിപ്രായം. കവിത "the breath and fine spirit of all knowledge" എന്നും അദ്ദേഹം അഭിപ്രായപ്പെട്ടിട്ടുണ്ട്.

വേഡ്സ്‌വർത്തിന്റെ ജീവിതദർശനം

വേഡ്സ്‌വർത്ത് തന്റെ *റ്റിന്റേൺ ആബി*യിൽ ബാല്യം, കൗമാരം, പൂർണ്ണവളർച്ച എന്നീ മൂന്ന് ഘട്ടങ്ങളിലായി സ്വന്തം മനസ്സിന്റെ വളർച്ചയെ വിഭജിക്കുന്നുണ്ട്. വികാരവിചാരങ്ങളൊന്നുമില്ലാത്ത വെറും ആഹ്ലാദത്തിന്റെ ഘട്ടമാണ് ബാല്യം. പ്രകൃതിയിലൂടെ ഓടിച്ചാടി നടക്കുന്ന കാലം. എന്നാൽ പത്തുവയസ്സു കഴിഞ്ഞാൽ മനസ്സിനു മാറ്റം വന്നു തുടങ്ങുന്നു; വിചാരവികാരങ്ങൾ ഉണ്ടായിത്തുടങ്ങുന്നു. ഇന്ദ്രിയവികാരങ്ങളെ പരസ്പരം ബന്ധപ്പെടുത്താൻ പറ്റുന്നു. ഈ സമയത്ത് പ്രകൃതിയിൽ വെറുതെ ആഹ്ലാദിച്ചു നടക്കാതെ പ്രകൃതിയെ സ്നേഹിച്ചുകൊണ്ടിരിക്കുന്നു.

പ്രകൃതി അപ്പോൾ ഒരു കാമുകിയാകുന്നു. ഇരുപത്തിരണ്ട് വയസ്സു മുതൽ മനസ്സിനു മൂന്നാം ഘട്ടമാണ്; പൂർണ്ണവളർച്ച നേടുന്ന ഘട്ടം. മനുഷ്യൻ പക്വതയാർജ്ജിക്കുന്നുയെന്നർത്ഥം. വിചാരവികാരങ്ങളുടെ ദൗർബല്യം തിരിച്ചറിയുകയും, സ്ഥായിയായ സുഖം മനസ്സിലാക്കിയെടുക്കുകയും ചെയ്യുന്നു. സദാചാരബോധം, ഈശ്വരഭക്തി, കാരുണ്യം തുടങ്ങിയവയ്ക്കൊക്കെ സ്ഥായിയായ സുഖം നല്കാനാകുന്നു. ഈ ഘട്ടത്തിൽ പ്രകൃതിയിലെ മനുഷ്യനാണ് വേഡ്സ്‌വർത്തിന് പ്രധാനപ്പെട്ടതായത്.

വേഡ്സ്‌വർത്ത് പറയുന്ന ഈ മൂന്നു ജീവിത ഘട്ടങ്ങളും തന്റെ *പ്രില്യൂഡി*ലും വിവരിക്കുന്നുണ്ട്. ഡേവിഡ് ഹാർട്‌ലിയുടെ *മനുഷ്യനെപ്പറ്റിയും അവന്റെ ഘടനയെപ്പറ്റിയും കടമയെപ്പറ്റിയും പ്രതീക്ഷകളെപ്പറ്റിയുമുള്ള നിരീക്ഷണങ്ങൾ* എന്ന പുസ്തകമായിരുന്നു ഈ വിധത്തിലുള്ള ഒരു ജീവിത ദർശനം കവിതയിലെഴുതാൻ അദ്ദേഹത്തിനു പ്രേരകമായത്. വേഡ്സ്‌വർത്തിന്റെ *ഇമ്മോർട്ടാലിറ്റി ഓഡി*ലും ഈ വിധത്തിലുള്ള മനസ്സിന്റെ മൂന്നു വളർച്ചാഘട്ടങ്ങൾ ഉള്ളതായിക്കാണാം.

സ്വാമി വിവേകാനന്ദനെ സ്വാധീനിച്ച ഒരു കവിത കൂടിയായിരുന്നു വേഡ്സ്വർത്തിന്റെ *റ്റിന്റേൺ ആബി.* കൽക്കത്തയിലെ പ്രസിഡൻസി കോളേജിൽ പഠിക്കുന്ന കാലത്ത് ബ്രിട്ടീഷുകാരനായിരുന്ന ഒരു പ്രൊഫസർ ഈ കവിത പഠിപ്പിക്കുകയായിരുന്നു. കവിതയിൽ വിവരിച്ചിരുന്ന ആത്മബോധവും, പ്രകൃതിയിലെ സർവ്വചരാചരങ്ങളുടെയും അന്തഃസത്തയൊപ്പാൻ ആ ആത്മബോധം മതിയാകുമെന്നുമൊക്കെ വിവരിക്കുന്ന ഭാഗം നരേന്ദ്രനു(വിവേകാനന്ദൻ) മനസ്സിലാക്കാനോ, പ്രൊഫസർക്കു വിവരിച്ചു കൊടുക്കാനോ പറ്റാതായപ്പോൾ, രാമകൃഷ്ണ പരമഹംസന്റെ അരികിലേക്ക് നരേന്ദ്രനെ പ്രൊഫസർ പറഞ്ഞു വിടുകയായിരുന്നു. നരേന്ദ്രന്റെ (വിവേകാനന്ദന്റെ) ആത്മീയഗുരുവായി രാമകൃഷ്ണ പരമഹംസൻ വന്നു ചേർന്നത് ഈ വിധത്തിലായിരുന്നു.

"കുഞ്ഞ് മനുഷ്യന്റെ പിതാവാണ്" എന്ന മറ്റൊരു വിശാലമായ ജീവിതദർശനം തന്നതും വേഡ്സ്വർത്തായിരുന്നു. *മഴവില്ല്* എന്ന കവിതയിലാണ് അദ്ദേഹം ആ പ്രപഞ്ചസത്യം അറിയിച്ചതും. ആ കവിത ഇപ്രകാരമാണ്:

My heart leaps up when I behold
A rainbow in the sky;
So was it when my life began;
So is it now I am a man;
So be it when I shall grow old,
Or let me die!
The child is the father of the man;
And I could wish my days to be
Bound each to each by natural piety

(മാനത്തെ മാരിവില്ല് കണ്ടപ്പോൾ എന്റെ ഉൾത്തടം തുള്ളുന്നു.
എന്റെ ജീവിതം തുടങ്ങിയപ്പോഴുമങ്ങനേ.
ഇപ്പോഴോ ഒത്തൊരു ആളായപ്പോഴുമങ്ങനേ തന്നെ.
ഞാനൊരു വൃദ്ധനാകുമ്പോഴും അങ്ങനെയാവണം.
അല്ലെങ്കിലതിനുമുമ്പേ മരിക്കട്ടെ ഞാൻ!
കുഞ്ഞ് മനുഷ്യന്റെ പിതാവാണ്.
സ്വാഭാവികമായ ഭക്തികൊണ്ട് എന്റെ ദിനങ്ങൾ
പരസ്പരം കെട്ടുപിണഞ്ഞു കിടക്കണേയെന്നാണെന്നാഗ്രഹം.)

വളരെ വിശിഷ്ടവും സമ്പന്നവുമായിരുന്നു വേഡ്സ്വർത്തിന്റെ കാവ്യജീവിതം. എൺപതുവർഷത്തെ ജീവിതത്തിൽ അദ്ദേഹമെഴുതിയ എല്ലാ കവിതകളും ലോകമെമ്പാടും ഇന്നും ചർച്ച ചെയ്യപ്പെടുന്നു.

കാല്പനിക നവോത്ഥാനത്തിന് ആരംഭം കുറിച്ചയാളെന്ന ഖ്യാതിയാണ് ഇദ്ദേഹത്തിന് അധികവുമുള്ളത്.

The Solitary Reaper

Behold her, single in the field,
You solitary Highland Lass!
Reaping and singing by herself;
Stop here, or gently pass!
Alone she cuts and binds the grain,
And sings a melancholy strain;
O listen! for the vale profound
Is overflowing with sound.

No nightingale did ever chaunt
More welcome notes to weary bands
Of travellers in some shady haunt,
Among Arabian sands:
No sweeter voice was ever heard
In spring-time from the cuckoo-bird,
Breaking the silence of the seas
Among the farthest Herbrides.

Will no one tell me what she sings?
perhaps the plaintive numbers flow
For old, unhappy, far-off things,
And battles long ago:
Or is it some more humble lay,
Familiar matter of to-day?
Some natural sorrow, loss or pain,
That has been, and may be again!

Whate'er the theme the maiden sang
As if her song could no ending;
So twice five of fertile ground
With walls and towers were girdled round
And there were gardens bright with sinuous rills
Where blosom'd many an incense- bearing tree,
And here were forests ancient as the hills,
Enfolding sunny spots of greenery

But O, that deep romantic charm which slanted

Down the green hill athwart a cedan cover!
A strange place! as holy and enchanted
As ever beneath a waring moon was haunted
By woman waiting for her demon-lover!
And from this charm, with ceaseless turmoil seething

As if this earth in fast thick pants were breathing,
A mighty fountain momently was forced;
Amid whose swift half-intermitted burst
Huge fragments valued like rebounding hail,
Or chaffy grain beneath the thresher's flail:
And, mid these dancing rocks at once and ever
It fung up momently the sacred river.
Five miles meandering with a mazy motion
Through wood and dale the sacred river ran,
Then reach'd the caverns measurless to man,
And sank in tumult to a lifeless ocean:
And 'mid this tumult Kubla heard from far
Ancestral voices prophesying war!

4

എസ് ടി കോൾറിഡ്ജ്
S T Coleridge (1772-1834)

ഇംഗ്ലീഷ് കാല്പനിക സാഹിത്യത്തിന്റെ ആരംഭമിട്ട മുഖ്യ കവികളിൽ വില്യം വേഡ്സ്വർത്ത് കഴിഞ്ഞാൽ തുടർന്നുള്ള സ്ഥാനം സാമുവൽ ടെയ്‌ലർ കോൾറിഡ്ജിനാണ്. ഒരു കവിയെന്നു മാത്രമല്ല നിരൂപകനും പ്രഭാഷകനും സാഹിത്യചിന്തകനും ഒക്കെയായിരുന്നു അദ്ദേഹം.

ഇംഗ്ലണ്ടിലെ ഡെവൺഷയറിലെ ഓട്ടറിയിലാണ് 1772 ഒക്ടോബർ 23 ന് കോൾറിഡ്ജ് ജനിച്ചത്. ഓട്ടറി സെയ്ന്റ് മേരിപള്ളിയിലെ വികാരിയായ ജോൺ കോൾറിഡ്ജിന്റെ പതിമൂന്ന് മക്കളിൽ ഏറ്റവും ഇളയ ആളായിരുന്നു കോൾറിഡ്ജ്. അമ്മ ആൻ ബൗസനും. അസാധാരണമായ ബുദ്ധി കുട്ടിക്കാലത്തുതന്നെ കോൾറിഡ്ജ് പ്രകടിപ്പിച്ചിരുന്നു; പക്ഷേ, ആരോഗ്യം തീരെ കുറവായിരുന്നു.

മകനെ ഒരു വികാരിയാക്കണമെന്നായിരുന്നു ജോൺ കോൾറിഡ്ജിന്റെ ആഗ്രഹം. അമ്മയ്ക്കും അതുതന്നെയായിരുന്നു ചിന്ത. തങ്ങളുടെ ആഗ്രഹ നിവർത്തിക്കായി അവർ മകനെ പരിശീലിപ്പിച്ചുകൊണ്ടിരുന്നു. പക്ഷേ, കോൾറിഡ്ജിന് ഒൻപതു വയസ്സായപ്പോൾ അച്ഛൻ മരിച്ചുപോയി. തുടർന്ന് മകനെ ശരിയായി വൈദികജീവിതത്തിനു പരിശീലിപ്പിച്ചെടുക്കാൻ അമ്മയ്ക്കായില്ല.

നല്ല വായനാശീലം കോൾറിഡ്ജിനു കുട്ടിക്കാലം മുതല്ക്കേ ഉണ്ടായിരുന്നു. വെയിൽകാഞ്ഞിരുന്നുകൊണ്ടായിരിക്കും വായന. കളികളിലും മറ്റുകാര്യങ്ങളിലും ഒരു താല്പര്യവും ഉണ്ടായിരുന്നില്ല. അഞ്ചാം വയസ്സിൽത്തന്നെ ബൈബിൾക്കഥകളും അറബിക്കഥകളും കോൾറിഡ്ജിന് വശമായിരുന്നു. പോർഫിയറിയുടെയും ഹോമറുടെയും പിൻഡറെയു

ടെയും പ്ലേറ്റോയുടെയും ഒക്കെ ആശയങ്ങളും വളരെ വേഗം തന്നെ ബാലൻ തുടർന്നു വായിച്ചറിഞ്ഞിരുന്നു. വെർജിൻ, ഹോമർ, ഷേക്സ്പിയർ തുടങ്ങിയവരുടെ കൃതികളും ബാലൻ വായിച്ചു. നല്ല ഭാവനയും ഉണ്ടായിരുന്നു. പ്ലേറ്റോ ആയിരുന്നു അദ്ദേഹത്തിന്റെ ആദർശ പുരുഷൻ.

പിതാവിന്റെ മരണശേഷം 1781 ൽ, ലണ്ടനിലെ കോൾറിഡ്ജ് ക്രൈസ്റ്റ്സ് ഹോസ്പിറ്റൽ സ്കൂളിലാണ് പഠിച്ചത്. ചാൾസ്, ലീഹണ്ട് തുടങ്ങിയവർ അന്നത്തെ സഹപാഠികളായിരുന്നു. മറ്റു ക്ലാസുകളിലായിരുന്നുവെന്നേയുള്ളൂ. അവിടത്തെ അദ്ധ്യാപകർ കോൾറിഡ്ജിനെ വലുതായി സ്വാധീനിച്ചു. ജെയിംസ് ബോയർ അദ്ദേഹത്തെ സ്വാധീനിച്ച ഒരു അദ്ധ്യാപകനായിരുന്നു, ഗണിതശാസ്ത്രം അദ്ദേഹത്തിന് ഒരു ബാലികേറാമലയായിരുന്നു. അദ്ധ്യാപകനായ വില്യം വെൽസ് എത്ര ശ്രമിച്ചിട്ടും ഗണിതപഠനത്തിലേക്ക് അദ്ദേഹത്തെ ആകർഷിക്കാൻ സാധിച്ചില്ല.

ക്രൈസ്റ്റസ് ഹോസ്പിറ്റൽ സ്കൂളിൽ കോൾറിഡ്ജ് പഠിക്കുമ്പോഴാണ് ചരിത്ര പ്രസിദ്ധമായ ബാസ്റ്റീൽ നിലംപതിച്ചത്. 1791 ൽ തുടർന്ന് ഫ്രഞ്ചു വിപ്ലവാവേശവുമായി അദ്ദേഹം കേംബ്രിഡ്ജിൽ പഠനത്തിനു പോയി. വേഡ്സ്വർത്തിനെയും ഫ്രഞ്ചുവിപ്ലവം സ്വാധീനിച്ചിരുന്നല്ലോ. സർവ്വകലാശാലാ പഠനത്തിൽ ഗ്രീക്കു കാവ്യരചനയ്ക്ക് അദ്ദേഹത്തിന് സ്വർണ്ണമെഡൽ വരെ കിട്ടി. പക്ഷേ, ഗണിതശാസ്ത്രത്തിൽ പരാജയപ്പെടുകയാണുണ്ടായത്. മാത്രമല്ല, അദ്ദേഹം മേരി ഇവാൻസ് എന്നൊരു പെൺകുട്ടിയുമായി ആ കാലഘട്ടത്തിൽ പ്രണയത്തിലുമായിരുന്നു. ആ പ്രണയവും പരാജയമായിരുന്നു. ഒപ്പം സാമ്പത്തികമായ ബുദ്ധിമുട്ടുകളും തുടർന്ന് പഠിപ്പും പ്രണയവുമൊക്കെ ഉപേക്ഷിച്ച അദ്ദേഹം ഡ്രഗൂണിൽ പട്ടാളക്കാരനായി പോയി. പക്ഷേ, കുറച്ചുകാലം മാത്രമേ അദ്ദേഹം പട്ടാളത്തിൽ സേവനം ചെയ്തുള്ളൂ. വിപ്ലവാവേശം കെട്ടടങ്ങിയിരുന്നതിനാൽ ജോലി രാജിവയ്ക്കുകയും 1794 ൽ തിരിച്ചു കേംബ്രിഡ്ജിലെത്തുകയും ചെയ്തു.

സാമൂഹ്യചിന്തയും വ്യവസ്ഥകളും മാറണമെന്ന ചിന്തയാണ് തുടർന്ന് കോൾറിഡ്ജിനുണ്ടായത്. കവിയായ റോബർട്ട് സഥെയുമായി അദ്ദേഹം പരിചയപ്പെടുന്നത് ഇക്കാലത്തായിരുന്നു. ഇരുവരുടെയും ചിന്താദർശനങ്ങളുടെ ഫലമായി Pantisocracy (സർവ്വജനസമത്വചിന്ത) എന്ന വ്യവസ്ഥയ്ക്ക് രൂപമുണ്ടായി. ഒരു ഡസൻ ചെറുപ്പക്കാർ തങ്ങൾക്കിണങ്ങുന്ന ഓരോ പെൺകുട്ടികളെ വിവാഹം ചെയ്യുകയും അമേരിക്കയിൽ ചെന്ന് ഒരു സമൂഹമായി താമസിക്കുകയും ചെയ്യുക എന്നതായിരുന്നു ഈ സർവ്വജനസമത്വ ചിന്ത. സമത്വപൂർവ്വമായ ആദർശജീവിതം അവിടെ നയിക്കുമ്പോൾ കൂടുതൽ പുരുഷന്മാർ ഈ വിധത്തിൽ അവിടേക്ക് എത്തിച്ചേർന്നോളും. പക്ഷേ, ആ സങ്കല്പം പ്രാവർത്തികമായില്ലായെന്നതായിരുന്നു സത്യം. ഈ ആദർശവാദത്തിൽ നിന്നുകൊണ്ട് റോബർട്ട് സഥെ ഒരു ദരിദ്ര കുടുംബത്തിലെ ഒരു പെൺകുട്ടിയെ കല്യാണം കഴിച്ചു. അവർ ബ്രിസ്റ്റലിൽ താമസമാക്കി. സഥെയുടെ ഭാര്യാസഹോദരിയിൽ അനുരാഗം

തോന്നിയ കോൾറിഡ്ജ് അവളെ വിവാഹം കഴിച്ചു. സാറാ ഫ്ളിക്കർ എന്നായിരുന്നു അവളുടെ പേര്. അനുരാഗത്തേക്കാളേറെ പാന്റിസോക്രസിയെന്ന ആദർശമായിരുന്നു പ്രേരണ. വേറെ ആദർശവാന്മാരായി പുരുഷന്മാരാരും മുന്നോട്ടു വന്നില്ല. അങ്ങനെയാണ് ആ പ്രസ്ഥാനം നിന്നുപോയത്.

കോൾറിഡ്ജിന്റെ കുടുംബജീവിതം സുഖകരമായിരുന്നില്ല, സ്റ്റോവോയിൽ താമസിക്കവേ അവർ തമ്മിൽ കടുത്ത വഴക്കിലായിരുന്നു. തന്റേടിയായ ഭാര്യയും ആദർശവാനായ ഭർത്താവും തമ്മിൽ ഒത്തുപോയില്ല.അവർക്ക് രണ്ട് ആൺകുട്ടികളുണ്ടായി. ബെർക്‌ലിയും ഹാർട്‌ലിയും. തത്ത്വചിന്തകന്മാരുടെ പേരാണ് അവർ ഈ കുട്ടികൾക്കിട്ടത്. അദ്ദേഹം മക്കളെ വളരെയധികം സ്നേഹിച്ചു. ചില സാമ്പത്തിക കാര്യങ്ങൾക്കുവേണ്ടി സഥെ കുടുംബത്തിൽ ഇടപെടുന്നതായും, സാറാ ഫ്ളിക്കർ അതിനു വഴങ്ങുന്നതായും മനസ്സിലാക്കിയ അദ്ദേഹത്തിന് അവളോടുള്ള ഇഷ്ടം വീണ്ടും കൂടുതൽ കുറഞ്ഞു തുടങ്ങി.

ഇതിനിടയിൽ കോൾറിഡ്ജ് പല കവിതകളും രാഷ്ട്രീയ ലേഖനങ്ങളും രചിച്ചിരുന്നു. ഒരു കാവ്യനാടകവും തിരഞ്ഞെടുത്ത ലേഖനങ്ങളും കവിതകളുമെല്ലാം ചേർത്ത് 1796 ൽ പ്രസിദ്ധീകരിച്ചു. അതേ വർഷം തന്നെ *ദ വാച്ച് മാൻ (കാവല്ക്കാരൻ)* എന്ന വൃത്താന്തപത്രവും പ്രസിദ്ധീകരിച്ചു. പുതിയ എഴുത്തുകാരനെയും അദ്ദേഹത്തിന്റെ രചനാശൈലിയെയും ആളുകൾക്ക് വളരെ ഇഷ്ടമായി. പ്രചോദിതനായി മുന്നോട്ടു നീങ്ങിയെങ്കിലും, സാമ്പത്തികമായി അദ്ദേഹം പിന്നോക്കമായിത്തീർന്നു. പല ഘട്ടങ്ങളിലും സാമ്പത്തിക സഹായം ചെയ്തുകൊണ്ടിരുന്നത് ടോംപൂൾ എന്ന ഒരു ധനാഢ്യനായിരുന്നു. നിവർത്തിയില്ലാതെ വന്ന അദ്ദേഹം ദേവാലയങ്ങളിൽ പോയി പ്രഭാഷണങ്ങൾ നടത്തി ഉപജീവനം കണ്ടെത്തി. കുറേക്കാലം ഒരു യൂണിറ്റേറിയൻ ക്രിസ്തീയസഭയിൽ വൈദികനായും പ്രവർത്തിച്ചു. ഈ കാലയളവിലായിരുന്നു ഹാസ്ലിലിനെ അദ്ദേഹം പരിചയപ്പെട്ടതും സമൂഹിക വിപ്ലവചിന്തകൾ ഉപേക്ഷിച്ചതും.

ഇതിനിടെ അദ്ദേഹത്തിനൊരു ഉദരരോഗം പിടിപെട്ടു. കഠിനമായ വയറുവേദനയ്ക്ക് ഒരാശ്വാസമെന്നോണം അദ്ദേഹം കറുപ്പ് ഉപയോഗിക്കാൻ തുടങ്ങി. അവസാനം ആ ലഹരി വസ്തുവിൽ അദ്ദേഹം അടിമപ്പെടുകയായിരുന്നു. അതോടെ പൊതുവേ ഇച്ഛാശക്തി കുറവായിരുന്ന അദ്ദേഹത്തിന് ഉള്ളതുകൂടി നഷ്ടമായിയെന്നുവേണം പറയാൻ.

1795 ൽ അദ്ദേഹം വില്യം വേഡ്സ്‌വർത്തുമായി പരിചയപ്പെടുകയും സൗഹൃദത്തിലാവുകയും ചെയ്തു. ഇരുകവികളുടെയും ജീവിതത്തിന് ഈ സൗഹൃദം ഒരു വഴിത്തിരിവായിരുന്നു. ഇംഗ്ലീഷ് സാഹിത്യത്തിന്റെ കാല്പനിക പുനരുദ്ധാനത്തിന് കാരണമായതും ഇവർ തമ്മിലുള്ള സൗഹൃദമായിരുന്നു. വേഡ്സ്‌വർത്ത് തന്റെ സഹോദരിയായ ഡോറോത്തിയുമായി കോൾറിഡ്ജ് താമസിച്ചിരുന്ന അൽഫോക്സ്ഡനിലെത്തി. കോൾറിഡ്ജിന്റെ കാവ്യരചനയ്ക്കും വേഡ്സ്‌വർത്തിന്റെ സഹോദരി ഒരു പ്രചോദനമായിരുന്നു. ഒന്നിച്ചു യാത്ര ചെയ്യുകയും വിവിധ സാഹിത്യചർച്ച

കളിൽ ഏർപ്പെടുകയും ചെയ്തിരുന്ന ഈ ഇരുകവികൾ 1798 ൽ ഒരുമിച്ച് ഒരു കവിതാസമാഹാരം പ്രസിദ്ധപ്പെടുത്തി- *ലിറിക്കൽ ബല്ലാഡ്സ്.*

*ലിറിക്കൽ ബല്ലാഡ്സി*ന്റെ രചനയ്ക്കുശേഷം മൂവരും ചേർന്ന് ജർമ്മനിയിലേക്കുപോയി. അവിടെവെച്ച് കോൾറിഡ്ജ് ജർമ്മൻ തത്ത്വശാസ്ത്രം വശത്താക്കി. അതീന്ദ്രിയത്വം അദ്ദേഹം പഠിച്ചതും അവിടെ വച്ചായിരുന്നു. തന്റെ ഇളയമകൻ ബെർക്‌ലിയുടെ മരണത്തെത്തുടർന്നാണ് അദ്ദേഹം ജർമ്മനിയിൽനിന്നും മടങ്ങിവന്നത്. അപ്പോൾ തന്റെ ഭാര്യയുടെ പ്രകൃതത്തിലും കുടുംബത്തിന്മേലുള്ള സഥെയുടെ ഇടപെടലിലും മാറ്റമൊന്നും വന്നിരുന്നില്ല. അദ്ദേഹത്തിന്റെ ദാമ്പത്യബന്ധം കൂടുതൽ തകരുകയായിരുന്നു.

വേഡ്സ്‌വർത്തും സഹോദരിയും ജർമ്മനിയിൽനിന്നും മടങ്ങിവന്ന ശേഷം ഗ്രാസ്മോഗിൽ താമസിച്ചു. വേഡ്സ്‌വർത്ത് ആ സമയത്താണ് മേരി ഹച്ചിൻസണുമായി തന്റെ രണ്ടാം വിവാഹം കഴിച്ചത്. കോൾറിഡ്ജിനെ അവർ അങ്ങോട്ടുവിളിച്ചു. വേഡ്സ്‌വർത്തിന്റെ ഭാര്യാസഹോദരി സാറാ ഹച്ചിൻസണുമായി കോൾറിഡ്ജ് അടുത്തു. നല്ല ഒരു സാഹിത്യകുതുകിയും ബുദ്ധിമതിയും സുന്ദരിയുമായിരുന്നു അവൾ. അവർ തമ്മിലുള്ള പ്രണയം കത്തിയാളിയപ്പോഴും അവൾ ജീവിതാന്ത്യംവരെയും വിവാഹിതരാവുകയോ വഴിവിട്ട് പ്രവർത്തിക്കുകയോ ചെയ്തില്ല. തന്റെ ഭാര്യയോടൊപ്പമുള്ള കലുഷമായ ദാമ്പത്യ ജീവിതവും ആത്മസമർപ്പണം നടത്താനാവാതെ നില്ക്കുന്ന പുതിയ പ്രേമബന്ധവും അദ്ദേഹത്തിന്റെ അസ്വസ്ഥത കൂട്ടിക്കൊണ്ടിരുന്നു. ലഹരിപദാർത്ഥം അദ്ദേഹം കൂടുതൽ ഉപയോഗിച്ചു തുടങ്ങി.

കോൾറിഡ്ജ് ഇടയ്ക്കിടെ വേഡ്സ്‌വർത്തുമായി ഇടഞ്ഞിരുന്നു. തന്നേക്കാളും ഒരു വലിയ കവിയായി വേഡ്സ്‌വർത്ത് മാറുന്നുയെന്ന ഭയമായിരുന്നു അതിനുള്ള കാരണങ്ങളിലൊന്ന്. ഒരു കവിയെന്ന രീതിയിൽ താനൊന്നുമല്ലെന്നും അദ്ദേഹത്തിനു തോന്നി. 1804-06 കളിൽ അദ്ദേഹം മാൾട്ടയിലേക്കും ഇറ്റലിയിലേക്കും പര്യടനം നടത്തി. മടങ്ങിവന്നശേഷം വേഡ്സ്‌വർത്തിന്റെ വീട്ടിലാണ് താമസിച്ചത്. സാറാ ഹച്ചിൻസൺ അപ്പോഴും അവിടെയുണ്ടായിരുന്നു. ഭാര്യയിൽനിന്നും കൂടുതൽ അകന്നുനില്ക്കാൻ അദ്ദേഹം ആഗ്രഹിച്ചു. 1807 നുശേഷം അദ്ദേഹം ചെറിയ കവിതകൾ മാത്രമേ എഴുതിയിട്ടുള്ളൂ. ജീവിതത്തെക്കുറിച്ചും സാഹിത്യത്തെക്കുറിച്ചും ആഴത്തിൽ ചിന്തിക്കുകയും പ്രഭാഷണങ്ങൾ നടത്തിക്കൊണ്ട് ജീവിക്കുകയും ചെയ്തു. *ബയോഗ്രാഫിയ ലിറ്ററേറിയ* എന്ന ഗ്രന്ഥം ആ വിധത്തിലുള്ളതാണ്. 1809 ൽ *ദി ഫ്രണ്ട് (ചങ്ങാതി)* എന്നൊരു മാസിക പ്രസിദ്ധീകരിച്ചുതുടങ്ങി. സാഹിത്യം, കല, രാഷ്ട്രീയം തുടങ്ങിയ വിവിധ വിഷയങ്ങൾ അതിൽ കൈകാര്യം ചെയ്തു. സാറാ ഹച്ചിൻസണായിരുന്നു അദ്ദേഹത്തിന്റെ മുഖ്യ സഹായി. പക്ഷേ, വളരെ പെട്ടെന്നാണ് സാറായ്ക്ക് സ്വന്തം സഹോദരന്റെ വീട്ടിൽ താമസം മാറ്റേണ്ടിവന്നത്. അതോടെ മാസികയുടെ പ്രവർത്തനം നിന്നുപോയി എന്നു തന്നെ പറയാം.

അദ്ദേഹത്തിന്റെ മൂത്തമകൻ ഹാർട്ട്ലി അപ്പോൾ ഓക്സ്ഫോഡിലെ പഠിതാവായിരുന്നു. പിതാവിന് അവനായിരുന്നു പ്രതീക്ഷ. പക്ഷേ, എല്ലാവിധ ദുശ്ശീല അശ്ലീല പ്രവർത്തനങ്ങളിലും പങ്കുകാരനായതിന്റെ പേരിൽ അവനെ സർവ്വകലാശാല പുറത്താക്കി. ആ സംഭവം അദ്ദേഹത്തിന് താങ്ങാനാവാത്തതായിരുന്നു. താങ്ങായി നില്ക്കാൻ സുഹൃത്തുക്കൾ ഉണ്ടായിരുന്നു. മനസ്സും ശരീരവും ദിനംപ്രതി ഒരുപോലെ ക്ഷീണിച്ചുകൊണ്ടിരുന്നു. 1816 മുതൽ സുഹൃത്തായ ഡോ. ഗിൽമാന്റെ വീട്ടിൽ താമസം തുടങ്ങി. മകന്റെ ദുർനടപ്പ് അദ്ദേഹത്തിന് സഹിക്കാനായില്ല. അദ്ദേഹം തന്റെ രചനാജീവിതം അവസാനിപ്പിച്ചു. കാവ്യോപാസകന്റെ ജീവിതത്തിലുണ്ടായ മാറ്റം ആരാധകരെ ശ്വാസംമുട്ടിച്ചു. "തന്റെ കാവ്യശേഷി നശിച്ചേ"യെന്ന് പലപ്പോഴും അദ്ദേഹം വിളിച്ചു പറഞ്ഞ് കരഞ്ഞിരുന്നു. എഴുതിത്തുടങ്ങുന്ന കവിതകൾ ചിലപ്പോൾ നിസ്സാര കാര്യങ്ങളുടെ പേരിൽ നിന്നുതുടങ്ങി. നിസ്സാരശബ്ദങ്ങളോ സന്ദർശകരുടെ സാന്നിദ്ധ്യമോ ഒക്കെയാവാം ആ തടസ്സങ്ങൾ. പക്ഷേ, ആ രചനകളൊക്കെ അപൂർണ്ണമായിത്തന്നെ നിന്നു. *കുബ്ലാഖാൻ* അത്തരത്തിൽ അപൂർണ്ണമായ ഒരു രചനയാണ്.

തുടർന്ന് അദ്ദേഹം ഹൈഗേറ്റിൽ താമസിച്ചു. അപ്പോൾ അദ്ദേഹം തീർത്തും ഒരു രോഗിയായിരുന്നു. സന്ദർശകരോട് വിഷയസംബന്ധിയായി അദ്ദേഹം സംസാരിച്ച് ജീവിതസായാഹ്നം നീക്കി. സന്ദർശകർ പലപ്പോഴും അതു കുറിച്ചെടുക്കുമായിരുന്നു. 1834 ജൂലൈ 25 ന് വൈകിട്ട് തന്റെ മതദർശനത്തെപ്പറ്റി അദ്ദേഹം സംസാരിക്കുകയായിരുന്നു. ഒരു സുഹൃത്ത് അതു എഴുതിയെടുക്കുകയായിരുന്നു. പക്ഷേ, സംസാരിച്ചുകൊണ്ടിരുന്നപ്പോൾ ആ ഭാവാത്മക കവിയുടെ ആത്മാവ് ഇഹലോകത്തുനിന്നും പരലോകത്തേക്കു പോയ്ക്കളഞ്ഞു; *റിലീജിയസ് ഫിലോസഫി* എന്ന പുസ്തകം മാത്രം അപ്പോൾ അവശേഷിപ്പിച്ചു.

കോൾറിഡ്ജിന്റെ കൃതികൾ

1. *Poems on Various Subjects*
   (*വിവിധ വിഷയങ്ങളിലെ കവിതകൾ*). ആദ്യകാല കവിതകളുടെ ഒരു സമാഹാരം. 1796 ൽ പ്രസിദ്ധീകരിച്ചു. പ്രതിഭാശാലിത്വം തുളുമ്പുന്ന കവിതകളെങ്കിലും, ജനഹൃദയങ്ങളിൽ അവ സ്ഥാനം പിടിച്ചു.
2. *Fears in Solitude*
   (*ഏകാന്തതയിലെ ഭയപ്പാടുകൾ*) 1797–98 കളിൽ പ്രസിദ്ധീകരിച്ചു.
3. *Frost at midnight*
   (*പാതിരാവിലെ മഞ്ഞ്*) 1798 ൽ പ്രസിദ്ധീകരിച്ചു.
4. *France an Ode*
   (*ഫ്രാൻസ് ഒരു സങ്കീർത്തനം*). 1798 ൽ പ്രസിദ്ധീകരിച്ചു.
5. *The Limetree Bower*
   (*നാരകമരനികുഞ്ജം*) 1797 ൽ പ്രസിദ്ധം ചെയ്തു.

6. *The Disappointment*
(*നിരാശതയോട്*) 1798 ൽ പ്രസിദ്ധീകരിച്ചു.
7. *Ode to the Departing Years.*
(*വിടവാങ്ങുന്ന വർഷത്തോട് ഒരു സങ്കീർത്തനം*).
8. *The Aeolean Harp.*
(*എയോളിയൻ ദേവന്റെ വീണ*) വായുദേവനാണിത്.
9. *My Prison.*
(*എന്റെ ജയിലറ*)
10. *Ode to Tranquility*
(*ശാന്തതയ്ക്ക് ഒരു സങ്കീർത്തനം*)
11. *The Pains of Sleep*
(*നിദ്രയുടെ വേദനകൾ*)
12. *Youth and Age.*
(*യൗവനവും വാർദ്ധക്യവും*)
13. *The Nightingale.*
(*രാപ്പാടി*)
14. *The Destiny of Nations*
(*ദേശത്തിന്റെ വിധി*)
15. *Christabel*
(*ക്രിസ്റ്റബൽ*): 1797 ൽ ഒന്നാം ഭാഗം പൂർത്തിയാക്കി. 1800 ൽ രണ്ടാം ഭാഗവും. അപൂർണ്ണമാണ് ഇത്. ഒരു സാരോപദേശ കാവ്യമാണിത്. ഒരു ദുർമ്മന്ത്രവാദിനി മായാമോഹിനിയുടെ രൂപത്തിൽ വന്ന് സർലിയോലിൻ എന്ന പ്രഭുവിന്റെ സുന്ദരിയായ മകളെ വിശ്വാസമർപ്പിച്ച് വശത്താക്കുന്നതാണ് പ്രമേയം. ആ സുന്ദരിയുടെ പേരാണ് ക്രിസ്റ്റബൽ.
16. *Hymn before Sunrise*
(*സൂര്യോദയത്തിനു മുമ്പുള്ള സ്തോത്രം*)
17. *Time: Real and Imaginary.*
(*സമയം: യാഥാർത്ഥ്യവും ഭാവനയും*)
18. *The Lyrical Ballads*
(ഭാവാത്മക സരളഗീതങ്ങൾ) വേഡ്സ്‌വർത്തുമായി ചേർന്ന് 1798 ൽ പ്രസിദ്ധീകരിച്ചത്. ഇംഗ്ലീഷ് കാല്പനിക പുനരുദ്ധാനത്തിന് തുടക്കമായ കൃതി. കോൾറിഡ്ജിന്റെ നാലുകവിതകൾ ഇതിലുണ്ട്. *The Ancient Mariner* ആണ് ഇതിൽ മുഖ്യമായ കവിത. *ക്രിസ്റ്റബൽ, കുബ്ലാ ഖാൻ, ഡിജക്ഷൻ ആൻ ഔഡ്* എന്നിവയാണ് മറ്റു മൂന്നു കവിതകൾ.
19. *The song of Piries*
(*പിറികളുടെ ഗാനം*) 1793 ൽ എഴുതി.

20. *Kubla Khan.*
(*കുബ്ലാഖാൻ*) 1798 ൽ പ്രസിദ്ധീകരിച്ചു. കറുപ്പിന്റെ ലഹരിയനുഭവത്തിൽ എഴുതിയതെന്നു പറയപ്പെടുന്ന കവിത അപൂർണ്ണമാണെന്നാണ് കവി പറയുന്നത്. ഒരു സന്ദർശകൻ വന്ന് തന്റെ ലഹരിയെ വിഭ്രംശിച്ചുയെന്നാണ് അദ്ദേഹം അതിനു കാരണമായി പറയുന്നത്.
21. *Dejection an Ode.*
(*നൈരാശ്യം ഒരു സങ്കീർത്തനം*). തന്റെ കാവ്യശേഷി നശിച്ചുകൊണ്ടിരിക്കുന്നുയെന്ന വിഷാദമാണ് ഈ കവിതയിലെ പ്രമേയം. ആരംഭത്തിൽ വേഡ്സ്വർത്തിനെ അഭിസംബോധന ചെയ്തു തുടങ്ങുന്നെങ്കിലും പിന്നീട് സാറാ ഹച്ചിൻസണിനെ അഭിസംബോധന ചെയ്യുന്ന ഒരു കാവ്യമായി പരിണമിച്ചു.
22. *Lines on an Autumnal Evening.*
(*ശരത്കാല സായാഹ്നത്തെക്കുറിച്ചുള്ള ശകലങ്ങൾ*)
23. *Lenite*
(*വേദനസംഹാരി*) 1794 ൽ പ്രസിദ്ധം ചെയ്തു.
24. *Love and Hope*
(*പ്രണയവും പ്രതീക്ഷയും*)
25. *The Dark Ladie*
(*കറുത്ത തമ്പുരാട്ടി*)

കോൾറിഡ്ജിന്റെ ഗദ്യരചനയിൽ പ്രധാനപ്പെട്ടവ ചുവടെ ചേർക്കുന്നു.

1. *Destinies of Nations*
(*രാഷ്ട്രങ്ങളുടെ വിധി*)
2. *Lectures on Shakespeare*
(*ഷേക്സ്പിയറിനെ സംബന്ധിച്ച പ്രഭാഷണങ്ങൾ*). 1808 മുതൽ 1819 വരെ അദ്ദേഹം നടത്തിയ പ്രഭാഷണങ്ങൾ. ഇറ്റലിയിലും മാൾട്ടയിലും പര്യടനം നടത്തി വന്നതിനുശേഷം നടത്തിയ പ്രഭാഷണങ്ങളാണിവ. നല്ലൊരു പ്രഭാഷകൻ എന്ന ഖ്യാതി ഇവ നേടിക്കൊടുത്തു.
3. *Religious Musings.*
(*മതപരമായ ചിന്തകൾ*) 1794–96 കാലഘട്ടത്തിൽ എഴുതിയ കൃതി.
4. *Biographia Literaria.*
(*ജീവചരിത്രപരമായ സാഹിത്യക്കുറിപ്പുകൾ*). 1817 ൽ ഈ വിമർശന ഗ്രന്ഥം പ്രസിദ്ധം ചെയ്തു. രണ്ടു വാല്യങ്ങളുള്ള പുസ്തകം. അദ്ദേഹം വായിച്ചറിഞ്ഞ ജർമ്മൻ ചിന്തകളുടെ സംഗ്രഹമോ വിവർത്തനമോ ഒക്കെയാണ് ഈ പുസ്തകമെന്നു പറയാം.

കോൾറിഡ്ജ് നാടകങ്ങളും എഴുതി. മുഖ്യമായവ രണ്ടെണ്ണമാണ്. *The*

Fall of Robespheare (*റോബിസ്പിയറിന്റെ പതനം*), *Remores* (*സങ്കടം*) എന്നിവയാണവ. ഇതുകൂടാതെ *Table Talk* (മേശയ്ക്കരികിലെ സംഭാഷണം) എന്ന കൃതി അദ്ദേഹത്തിന്റെ മരണാനന്തരം സഹോദരപുത്രൻ പ്രസിദ്ധീകരിച്ചു. വിഖ്യാതനായ സാഹിത്യദാർശികനും കവിയും പ്രഭാഷകനും ഒക്കെയായ അദ്ദേഹത്തെ പരിഗണിക്കാതെ ആർക്കും കാല്പനിക പ്രസ്ഥാനത്തെക്കുറിച്ച് ഒരിക്കലും ചർച്ച ചെയ്യാനാവില്ല. എല്ലാ സഹൃദയ മനസ്സുകളിലും അദ്ദേഹം മായാതെ ജീവിക്കുന്നു.

കോൾറിഡ്ജിന്റെ കാവ്യസങ്കല്പം

ലിറിക്കൽ ബാലഡ്സിന്റെ ആമുഖത്തിൽ പറയുന്ന വില്യം വേഡ്സ്വർത്തിന്റെ ആശയങ്ങളുമായി കോൾറിഡ്ജ് യോജിച്ചു പോന്നിരുന്നില്ല. അദ്ദേഹം അക്കാര്യം വിശദമായി തന്റെ *Biographia Literia* യിൽ പറയുന്നുണ്ട്.

അദ്ദേഹം കവിതയെ നിർവ്വചിക്കുന്നത് ഈ രീതിയിലായിരുന്നു.

> A poem is that species of composition which is opposed to works of science by proposing for its immediate object plea sure not truth; and from all other species (having this object in common with it) it is discriminated by proposing to itself such delight from the whole as is compatible with a distinct gratification from each component part.
> (*Biographia Literaria*)

(മറ്റു ശാസ്ത്രകൃതികളിൽനിന്നും കവിതയെ വ്യത്യാസപ്പെടുത്തുന്നത് അതുടൻ നല്കുന്ന ആനന്ദത്തിലാണ്; അല്ലാതെ സത്യമല്ല. മാത്രമല്ല, ആനന്ദം പ്രഥമലക്ഷ്യമായി കാണുന്ന മറ്റു കൃതികളിൽനിന്നും കവിതയ്ക്കുള്ള വ്യത്യാസം, കവിതയിലെ ഓരോ ഭാഗവും പ്രത്യേകം പ്രത്യേകമായി ആനന്ദം നല്കുന്നു എന്നതിലാണ്. മാത്രമല്ല, മുഴുവൻ കാവ്യഭാഗത്തുനിന്നും ഒരുവന് ലഭിക്കുന്ന ആനന്ദവും ഓരോ ഭാഗത്തുനിന്നും ലഭിക്കുന്ന ആനന്ദവും തമ്മിൽ ചേർച്ചയും ഉള്ളതായിരിക്കും.)

കോൾറിഡ്ജ് തന്റെ പുസ്തകത്തിൽ മറ്റൊരിടത്തും (അദ്ധ്യായം 14) വീണ്ടും പറയുന്നു:

> Finally, good sense is the body of poetic genius, fancy its drapery, motion is Life, and imagination the soul that is every where and in each and forms all into one graceful and intelli gent whole.

(അവസാനമായി പറയട്ടെ, കാവ്യപ്രതിഭത്വത്തിന് സുബോധവും ബുദ്ധിയും ഉണ്ടാകണം; അതാണയാളുടെ ശരീരം. സങ്കല്പം ആ ശരീരത്തിന്റെ ഉടയാടകളാണ്. ജീവൻ അതിന്റെ ചലനാത്മകമാണ്. എല്ലായിടത്തും നിറഞ്ഞുനില്ക്കുന്നതും എല്ലാ ഭാഗങ്ങളെയും ചേർത്ത് മുഴു

വനായും മനോഹാരിതയും ബുദ്ധിയുമുള്ള ഒരു പൂർണ്ണ വ്യക്തിയാക്കി ത്തീർക്കുന്ന ആത്മാവ് ഭാവനയും.)

കോൾറിഡ്ജിലെ കവിതകളുടെ ഏറ്റവും വലിയ പ്രത്യേകത അതിന്റെ ഭാവനയാണ്. കവിതയിൽ ദീപ്തമായി നില്ക്കുന്ന വികാരം എത്രത്തോളം പ്രകൃതിദൃശ്യത്തിന്റെ വിവരണത്തിൽ ശക്തമാകുന്നുവോ, അത്രത്തോളം അത് പ്രതിഭത്വത്തിന്റെ ലക്ഷണമായിത്തീർന്നുകൊണ്ടി രിക്കുന്നുയെന്നാണ് അദ്ദേഹത്തിന്റെ അഭിപ്രായം.

ദാർശനികനായാലേ യഥാർത്ഥകവിയാകാനാകൂയെന്നും അദ്ദേഹ ത്തിന് അഭിപ്രായമുണ്ട്. മനുഷ്യന്റെ ഭാഷയുടെയും വൈകാരികതയു ടെയും വിചാരങ്ങളുടെയും ചിന്തകളുടെയും അറിവിന്റെയും പുഷ്പവും പരിമളവുമാണ് കവിത. (No man was ever yet a great poet, without being at the sametime a profound philosopher. For poetry is the blossom and the fragrancy of all human knowledge, human thoughts, human passions, emotions language).

കാവ്യപ്രതിഭയുടെ ലക്ഷണങ്ങളെല്ലാം ചേർന്ന കോൾറിഡ്ജ് വാക്കു കൾകൊണ്ട് സുന്ദരവും സുവ്യക്തവുമായ ഭാവനാചിത്രങ്ങൾ തീർത്തു. *The Rime of the Ancient Mariner, Christabel* എന്നീ സുദീർഘമായ കാവ്യരചന നടത്തിയതിന്റെ പേരിലാണ് അദ്ദേഹം കൂടുതൽ പ്രസിദ്ധ നായത്. *The Rime of the Ancient Mariner* വായിക്കാത്തവർ പോലും അതിലെ ചില വരികൾ ഇന്ന് കേട്ടറിഞ്ഞ് പരിചിതമാണ്; എളുപ്പത്തിൽ പാടാൻ പറ്റിയ ഈണം കൂടിക്കിട്ടുമ്പോൾ ആ വരികൾ കൂടുതൽ ഹൃദി സ്ഥമാക്കുന്നു:

"Water water everywhere
Nor any drop to drink."
"The ice was here, the ice was there
The ice was all round."
" He prayeth best
who loveth best."

"As idle as a painted ship
Upon a painted ocean."

Kublakhan

In Xanadu did Kubla Khan
A stately pleasure-done decree
Where Alph, the sacred river, ran
Through caverns measureless to man
Down to a sunless sea
Which waves in every raven trees

Or softly lightens o'ver her face,
Where thoughts serenely sweet express
how pure, how dear their dwelling-place.

And on that cheek and o'ver that brow
So soft, so calm, yet eloquent,
The smiles that win, the tints that glow
But tell of days in goodness spent,-
A mind at peace with all below,
A heart whose love is innocent

5

ലോർഡ് ബൈറൺ

Lord Byron (1788-1824)

ഇംഗ്ലീഷ് കാല്പനിക പ്രസ്ഥാനത്തിലെ മുഖ്യരായ കവികളിൽ ഇളയതലമുറയിൽപ്പെട്ട ഒരു കവിയായിരുന്നു ബൈറൺ. ഒരു പ്രഭു കുടുംബത്തിലാണദ്ദേഹം ജനിച്ചത്. ലോർഡ് ജോർജ്ജ് ഗോർഡൺ ബൈറൺ (Lord George Gorden Byron) എന്ന് പൂർണ്ണനാമധേയം. എങ്കിലും George Noel Gorden എന്ന പേരിലും അറിയപ്പെടുന്നു.

1788 ജനുവരി 22 ന് ലണ്ടനിലാണ് ബൈറൺ ജനിച്ചത്. ഡോവറിലാണെന്നും പറയപ്പെടുന്നു. ക്യാപ്റ്റൻ ജോൺ ബൈറനായിരുന്നു പിതാവ്. 'Mad Jack' എന്ന കുപ്രസിദ്ധ നാമധേയവും അദ്ദേഹത്തിനുണ്ട്. അദ്ദേഹത്തിന്റെ രണ്ടാം ഭാര്യയായ ഗോർഡൺ മാതാവും. ഭോഗാസക്തനും തെമ്മാടിയും സമ്പത്തിനോട് അതിയായ മോഹവുമുള്ള ആളായിരുന്നു അദ്ദേഹം. സ്വത്ത് മോഹിച്ചാണ് രണ്ടുതവണ അദ്ദേഹം വിവാഹം കഴിച്ചത്. ബൈറന്റെ മുത്തച്ഛനും ഏതാണ്ട് ഇതേ പ്രകൃതം തന്നെയായിരുന്നു. അദ്ദേഹം കുപ്രസിദ്ധമായ ഒരു അഡ്മിറൽ ആയിരുന്നു. 'ദുഷ്ടനായ പ്രഭു' എന്നാണ് അദ്ദേഹം അറിയപ്പെട്ടിരുന്നത്.

സ്കോട്ട്ലാന്റിലെ സുന്ദരിയായ ഒരു പ്രഭുകുമാരിയെയാണ് ജോൺ ബൈറൺ ആദ്യം വിവാഹം കഴിച്ചത്. അവരുടെ സ്വത്തുവകകളെല്ലാം അദ്ദേഹം ധൂർത്തടിച്ചു തീർത്തു. ആ ബന്ധത്തിൽ അദ്ദേഹത്തിന് ഒരു മകളുണ്ടായിരുന്നു– അഗസ്റ്റിലെയ്. നേരത്തേ പറഞ്ഞ രണ്ടാം ഭാര്യയിൽ നിന്നും പിറന്നത് അതുപോലെ ബൈറൺ മാത്രമായിരുന്നു.

ചുറ്റിക്കറങ്ങി നടക്കുന്ന പ്രകൃതക്കാരനായിരുന്ന ജോൺ ബൈറൺ ഫ്രാൻസിൽ വച്ചു മരിച്ചു. പത്താം വയസ്സിൽ പ്രഭുവായി ബൈറൺ

അതോടെ സ്ഥാനമേല്ക്കേണ്ടിവന്നു. കുട്ടിക്കാലത്ത് സ്കോട്ട്ലാന്റിലെ ആബഡീനിലായിരുന്ന അദ്ദേഹം പ്രഭുപദവി ലഭിച്ചതോടെ വീണ്ടും ലണ്ടനിലേക്ക് വന്നു. പതിമൂന്നാം വയസ്സിൽ ഹാരോയിലും പിന്നീട് കേംബ്രിഡ്ജിലുമായിട്ട് അദ്ദേഹം വിദ്യാഭ്യാസം പൂർത്തിയാക്കുകയും ചെയ്തു.

ജന്മനാ വികലാംഗനായിരുന്നു ബൈറൺ. വലതുകാലിന് ഒരു മുടന്ത്. കാല്പാദത്തിനുണ്ടായിരുന്ന ഒരു കോട്ടമായിരുന്നു അതിനു കാരണം. അത് അദ്ദേഹത്തെ വല്ലാതെ വിഷമിപ്പിച്ചിരുന്നു.

അംഗവൈകല്യം മറയ്ക്കാൻ അദ്ദേഹം ശ്രമിച്ചുകൊണ്ടിരുന്നു. ശരീരത്തിന്റെ നിറമാകട്ടെ ഇരുണ്ടതും. എല്ലാംകൊണ്ടും ആ ബാല്യകാലം അത്ര സുഖകരമായിരുന്നില്ല. അമ്മ മകനെ സ്നേഹിക്കുന്നതിനും പരിലാളിക്കുന്നതിനും പകരം, മുടന്തിനെ പരിഹസിക്കുകയാണുണ്ടായത്. അങ്ങനെ വന്നപ്പോൾ ബൈറൺ എന്തും ചെയ്യാനുള്ള തന്റേടവും കൂസലില്ലായ്മയും കാണിച്ചുതുടങ്ങി. പിതാവിന്റെയും മുത്തച്ഛന്റെയും സ്വഭാവപ്രകൃതം തികച്ചും പ്രകടിപ്പിച്ചുതുടങ്ങി എന്നുതന്നെ പറയാം. മാത്രമല്ല, അത്തരം ഒരു പ്രകൃതം അന്ന് നാട്ടിൽ ഒരു രീതി തന്നെയായിരുന്നു.

ഹാരോയിൽ വിദ്യാഭ്യാസം ചെയ്തിരുന്ന കാലത്ത് അയൽപക്കത്തെ ഒരു പെൺകുട്ടിയുമായി ബൈറൺ അടുപ്പത്തിലായിരുന്നു. പക്ഷേ, അത് അധികകാലമൊന്നും നീണ്ടുനിന്നിരുന്നില്ല. വീട്ടിലെ എതിർപ്പു കാരണം ആ ബന്ധം നിന്നുപോയി. ഹാരോയിൽനിന്നും കേംബ്രിഡ്ജിലേക്ക് പോന്നപ്പോൾ ജീവിതം അപ്പാടെ മാറി. ബുദ്ധിപരമായ പലതും അദ്ദേഹത്തിനു ലഭിച്ചു; ഒപ്പം ദുർവൃത്തികളുടെ കൂടുതൽ ബാലപാഠങ്ങളും.

തന്റെ ഹ്രസ്വമായ ജീവിതത്തിനിടയിൽ (36-ാം വയസ്സിലാണ് അദ്ദേഹം മരണമടഞ്ഞത്) ഒട്ടേറെ സ്ത്രീകളുമായി ബൈറണ് പ്രേമബന്ധമുണ്ടായിരുന്നു. മെൽബോൺ പ്രഭുവിന്റെ മകളായ ലേഡി കരോളിൻ e mw (Lady Caroline Lamb)മായുള്ള പ്രേമബന്ധം പ്രസിദ്ധമാണ്. ആ സുന്ദരിക്ക് ആദ്യത്തെ കാഴ്ചയിൽത്തന്നെ ബൈറണെയും ഇഷ്ടപ്പെട്ടിരുന്നു. അയാളിൽ തന്റെ ജീവിതം കണ്ട കരോളിൻ വിവാഹാഭ്യർത്ഥന നടത്തി. ബൈറൺ സമ്മതിക്കുകയും ചെയ്തു. പക്ഷേ, താമസിയാതെ അവർ തമ്മിൽ തെറ്റിപ്പിരിഞ്ഞു. ബൈറണെ ഒരു ഭ്രാന്തനും തെമ്മാടിയും അപകടകാരിയും എന്ന് കരോലിൻ അതോടെ പ്രഖ്യാപിക്കുകയും ചെയ്തു. ഇതേ അനുഭവം ഒട്ടേറെ സ്ത്രീകൾക്ക് ബൈറണിൽനിന്നും ഉണ്ടായി. പക്ഷേ, എല്ലാ സ്ത്രീകളെയും അത്ഭുതപ്പെടുത്തിക്കൊണ്ട് അന്ന ബെല്ലാ മിൽബ്ലാങ്കിനെ അദ്ദേഹം വിവാഹം കഴിച്ചു. ദേവാലയത്തിലെ വിവാഹച്ചടങ്ങുകൾക്കുശേഷം പുറത്തുവന്നപ്പോൾ ബൈറൺ അവളോട് പറഞ്ഞ സ്വകാര്യം ആരെയും ഞെട്ടിക്കും: “ബെല്ലാ, നീയിപ്പോൾ എന്റെ ഭാര്യയാണ്. അതിനാൽ എനിക്കിനി നിന്നെ സ്നേഹിക്കാൻ സാധിക്കില്ല. നീ വേറൊരാളിന്റെ ഭാര്യയായിരുന്നുവെങ്കിൽ ഞാൻ നിന്നെ സ്നേഹിക്കാൻ ശ്രമിച്ചേനെ.” അതായത് അവിഹിത വേഴ്ചകൾക്കാണ് ബൈറൺ കൂടുതൽ താല്പര്യം കൊടുത്തത്.

വിഷയസുഖങ്ങൾ തേടിയുള്ള യാത്രകളായിരുന്നു ബൈറൺ കൂടുതൽ നയിച്ചത്. അതിനാൽ പ്രഭുസഭയിൽ അംഗമായിരുന്നിട്ടും, രാഷ്ട്രീയ കാര്യങ്ങളിൽ ഇടപെടുകയോ താല്പര്യം കാണിക്കുകയോ ചെയ്യാതെ കപ്പലിൽ ലോകം ചുറ്റിക്കറങ്ങാൻ മാത്രം ആഗ്രഹിച്ചു. കൂടെ പരിചാരകരോ സുഹൃത്തുക്കളോ ഒക്കെ ഉണ്ടാകുമായിരുന്നു. ഈ അവസരങ്ങളിൽ വിവിധ നാടുകളിലെ സ്ത്രീകളുമായി ബന്ധം സ്ഥാപിച്ച് അദ്ദേഹം നീങ്ങി. സ്ത്രീകളെ വശത്താക്കാനും അതേസമയം അവരെ ഉപേക്ഷിച്ചു നീങ്ങാനുമുള്ള തന്ത്രങ്ങളും ബൈറണുണ്ടായിരുന്നു.

കേംബ്രിഡ്ജിലായിരുന്നപ്പോൾ യൂറോപ്യൻ രാജ്യങ്ങളിലേക്ക് പര്യടനം നടത്തുമ്പോഴും ബൈറൺ കവിതകൾ എഴുതിയിരുന്നു. മാത്രമല്ല, കഥകളും ഭാവഗീതങ്ങളും നാടകങ്ങളും അദ്ദേഹം രചിച്ചു. ഒക്കെ അനശ്വരമായതും മറ്റു കാല്പനിക കവികളുടെ കൃതികൾക്കൊപ്പമായ സ്ഥാനം നേടിയതുമായിരുന്നു.

ബെല്ലാ മിൽബ്ലാങ്കുമായുള്ള ബൈറണിന്റെ ജീവിതം വളരെക്കാലമൊന്നും നീണ്ടില്ല. കഷ്ടിച്ച് ഒരു വർഷം. ആ ബന്ധത്തിൽ അവർക്ക് ഒരു കുഞ്ഞ് പിറന്നു. പക്ഷേ, പിന്നീട് ഭർത്താവിന്റെ അവിഹിത വേഴ്ചകൾ അറിഞ്ഞ ബെല്ല സ്വയം വീടുവിട്ടിറങ്ങുകയാണുണ്ടായത്. ബൈറന്റെ അവിഹിതവേഴ്ചകൾ നാട്ടിലാകെ പാട്ടായിരുന്നു. ആദ്യ ഭാര്യയുടെ മകളിൽ ബൈറണിന് ഒരു കുഞ്ഞ് ജനിച്ചിട്ടുണ്ടെന്ന അപഖ്യാതികൂടി ആ നാളുകളിലുണ്ടായപ്പോൾ അദ്ദേഹത്തെ ലണ്ടനിലെ ആളുകൾ മുഴുവനും വെറുത്തു. പ്രിയരായിരുന്നവർപോലും അപ്രിയരായി. തന്നെയിനി ആരും സ്നേഹിക്കുകയോ സ്വീകരിക്കുകയോ ചെയ്യുകയില്ലെന്ന് മനസ്സിലാക്കിയ ബൈറൺ, ഇംഗ്ലണ്ടിൽനിന്നും നാടുവിട്ട് യൂറോപ്പിലേക്ക് വീണ്ടും പോയി. യൂറോപ്പിലേക്കുള്ള ഈ രണ്ടാം പര്യടനത്തിനുശേഷം അദ്ദേഹം ഇംഗ്ലണ്ടിലേക്ക് മടങ്ങിവന്നിട്ടേയില്ല.

കാല്പനിക കവികളിൽപ്പെട്ട ഒരാളായിരുന്നെങ്കിലും, ഷെല്ലി ഒഴികെയുള്ള സമകാലിക കവികളെയെല്ലാം വളരെ നീരസത്തോടെയാണ് ബൈറൺ കണ്ടിരുന്നത്. 18–ാം നൂറ്റാണ്ടിലെ നിയോക്ലാസിക് കവികളായ പോപ്പ്, ഡ്രൈഡൻ എന്നിവരോടായിരുന്നു അദ്ദേഹത്തിന് ആരാധന. കീറ്റ്സിനോട് അദ്ദേഹത്തിന് പുച്ഛമായിരുന്നു. വേഡ്സ്വർത്തിനോടും കോൾറിഡ്ജിനോടും സഥെയോടും ഇതേ മനോഭാവം തന്നെ അദ്ദേഹം പുലർത്തി. ഇക്കാരണത്താൽ ബൈറണെ "കാല്പനികതയുടെ വൈരുദ്ധ്യം" (Romantic Paradox) എന്നു വിളിച്ചിരുന്നു.

ബൈറണിന്റെ യൂറോപ്യൻ സഞ്ചാരത്തിനും വാസത്തിനുമിടയ്ക്ക് ഷെല്ലി–ബൈറൺ ബന്ധം ദൃഢമായിത്തീർന്നു. ഇരുവരും പ്രഭുകുടുംബങ്ങളിൽ ജനിച്ചതുകൊണ്ടാകുമോ അങ്ങനെയൊരു സൗഹൃദമുണ്ടായതെന്നുപോലും പലരും സംശയിച്ചിരുന്നു. ഇരുവരും വിപ്ലവകവികളായിരുന്നത് മറ്റൊരു കാരണമായിരുന്നു. ഫ്രഞ്ച് വിപ്ലവാശയങ്ങളും തത്ത്വങ്ങളും ഇരുവരെയും പ്രചോദിപ്പിച്ചിരുന്നു.

യൂറോപ്പിലേക്കുള്ള തന്റെ രണ്ടാം പര്യടനവേളയിൽ അദ്ദേഹം ഒരു രാജ്യത്തുനിന്നും മറ്റൊന്നിലേക്ക് സഞ്ചാരം നടത്തിക്കൊണ്ടേയിരുന്നു. കവിയെന്ന രീതിയിലും വീരേതിഹാസ പുരുഷൻ എന്നുമുള്ള രീതിയിലും ഖ്യാതി അദ്ദേഹത്തിന് എല്ലായിടത്തും ലഭിച്ചു. ടർക്കിക്കെതിരെ ഗ്രീസുകാർ വിപ്ലവം നടത്തിയ കാലഘട്ടത്തിൽ, അദ്ദേഹവും അതിൽ സജീവ പങ്കാളിത്തം നടത്തിയിരുന്നു. പക്ഷേ, വിധിയെന്നു തന്നെ പറയാം. ജ്വരം ബാധിച്ച് അദ്ദേഹം 1824 ഏപ്രിൽ 19 ന് ഈ ലോകത്തുനിന്നും മുപ്പത്തിയാറാമത്തെ വയസ്സിൽ പരലോകത്തേക്ക് യാത്രയായി. മിസലംഗിയിൽ വച്ച് മരിച്ച അദ്ദേഹത്തിന്റെ മൃതദേഹം ഇംഗ്ലണ്ടിലെത്തിച്ചശേഷം സംസ്കരിച്ചു.

ബൈറണിന്റെ കൃതികൾ

1. *Hours of Idleness* (1807)
   (*അലസതയുടെ മണിക്കൂറുകൾ*) കേംബ്രിഡ്ജിൽ താമസിക്കുന്ന കാലത്ത് എഴുതിയ കവിതകളെല്ലാം സമാഹരിച്ചെടുത്ത് പ്രസിദ്ധീകരിച്ചത്. കുറച്ച് ലാറ്റിൻ ഗ്രീക്ക് കവിതകളുടെ വിവർത്തനവും ഇതിലുണ്ട്.
2. *English Bards and Scotch Reviewers.* (1809)
   ബൈറണിന്റെ പ്രഥമ കവിതാസമാഹാരമായിരുന്ന *അലസതയുടെ മണിക്കൂറുകളെ* കരുണയില്ലാതെ പരിഹസിച്ചവരെ നിശിതമായി വിമർശിച്ചുകൊണ്ട് രചിച്ച കവിത. അലക്സാണ്ടർ പോപ്പിനെ അനുകരിച്ച് ഹീറോയിക് കപ്ലറ്റിൽ എഴുതിയ പരിഹാസ കാവ്യമാണിത്.
3. *Childe Harold's Pilgrimage, Cantos I and II* (1812)
   തന്റെ യൂറോപ്യൻ പര്യടന വേളയിൽ ബൈറൺ എഴുതിയ കാവ്യത്തിന്റെ രണ്ട് കാണ്ഡങ്ങൾ. സന്ദർശിച്ച രാജ്യങ്ങളിൽ കണ്ട കാഴ്ചകളും അനുഭവങ്ങളും കവി ഇതിൽ വർണ്ണിക്കുന്നു. ഇതിലെ ഹീറോ ബൈറന്റെ സ്വന്തം പതിപ്പാണ്. ബൈറോണിക് ഹീറോയിസം തന്നെയാണിത്.
4. *The Giaour* (1813)
   (*ദി ഗയവർ*)
5. *The Bride of Abydos* (1813)
   (*ദി ബ്രൈഡ് ഓഫ് അബിദോസ്*)
6. *The Corsair* (1814)
   (*ദി കോർസേയർ*)
7. *Lara, A Tale* (1814)
   (*ലാറ, എ ടെയ്ൽ*)
8. *Hebrew Melodies* (1815)
   (*ഹീബ്രൂ മെലഡീസ്*)
9. *The Seige of Corinth* (1816)
   (*ദി സെയ്ജ് ഓഫ് കോറിൻദ്*)

10. *The Prisoner of Chillon* (1816)
(ദി പ്രിസൺ ഓഫ് ഷിലൺ)
11. *The Dream*
(ദ ഡ്രീം)
12. *Prometheus* (1816)
(പ്രൊമിത്യൂസ്)
13. *Darkness* (1817)
(ഡാർക്നെസ്) ഒരു നാടകമാണിത്.
14. *Manfred* (1817)
(മാൻഫ്രഡ്)
15. *The lament of Tasso* (1817)
(ദ ലാമെന്റ് ഓഫ് ടസ്സോ)
16. *Beppo*
(ബെപ്പോ)
17. *Mazeppa* (1819)
(മാസപ്പ)
18. *The Prophecy of Dante* (1819)
(ദി പ്രൊഫസി ഓഫ് ദാന്തേ)
19. *Don Juan*
(ഡോൺ ജുവാൻ).
ബൈറൺ രചിച്ച പരിഹാസ കൃതികളിൽ ഏറ്റവും പ്രശസ്തമായ കൃതി. ഇതൊരു അസാന്മാർഗ്ഗിക രചനയാണെന്ന് പറഞ്ഞ് പലരും ഇതിന്റെ ഖ്യാതിയെ ഇടിച്ചുതാഴ്ത്താൻ ശ്രമിച്ചിട്ടുണ്ട്. പക്ഷേ, ബൈറണിന്റെ സങ്കീർണ്ണമായ വ്യക്തിത്വം ഈ കൃതിയിൽ വെളിവാകുന്നുണ്ട്. ഒരു യുവാവിന്റെ വീരസാഹസിക ജീവിതമാണ് ഇതിലെ ഇതിവൃത്തം. വിവിധ രാജ്യങ്ങളിലേക്ക് പര്യടനങ്ങൾ നടത്തുക, സുന്ദരികളുമായി പ്രണയത്തിലാകുക, വിപ്ലവങ്ങളിൽ പങ്കെടുക്കുക തുടങ്ങിയവയൊക്കെയായിരുന്നു ആ യുവാവിന്റെ വിനോദം. നായക സൃഷ്ടിക്ക് ബൈറൺ സ്വന്തം പ്രകൃതം തന്നെയാണ് മാതൃകയായും ലക്ഷണവുമായി ഉപയോഗിച്ചിരുന്നത്. ബൈറോണിക് ഹീറോയിസത്തിന്റെ മറ്റൊരുദാഹരണം തന്നെയാണിത്: ഒട്ടാവാ റിമ (Ottava rima) അഥവാ അഷ്ടവരികളടങ്ങിയ പദ്യഖണ്ഡങ്ങളാണ് ഈ കവിതാ രചനയ്ക്ക് ഉപയോഗിച്ചിരുന്നത്.
20. *Marino Faliero* (1820)
(മരിനോ ഫാലിയെറോ)
21. *The Vision of Judgement* (1821)
(ദി വിഷൻ ഓഫ് ജഡ്ജ്മെന്റ്). റോബർട്ട് സഥെയുടെ *എ വിഷൻ ഓഫ് ജഡ്ജ്മെന്റിന്റെ* മറുപടിയായിരുന്നു ഈ കൃതി.

22. *Heaven and Earth* (1821)
(ഹെവൻ ആന്റ് എർത്)
23. *Werner* (1822)
(വെർനെർ)
24. *The Age of Bronze* (1823)
(ദി ഏജ് ഓഫ് ബ്രോൺസ്)
25. *The Island* (1823)
(ദി ഐലന്റ്)
26. *Cain*
(കെയ്ൻ). നാടകമാണിത്.
27. *The first Kiss of Love*
(ദി ഫസ്റ്റ് കിസ്സ് ഓഫ് ലവ്)
28. *Lines Addressed to a Young Lady*
(ലൈൻസ് അഡ്രസഡ് ടു എ യങ് ലേഡി)
29. *My Soul is Dark.*
(മൈ സോൾ ഈസ് ഡാർക്)
30. *Ode on Venice.*
(ഔദ് ഓൺ വെനീസ്)
31. *She Walks in Beauty.*
(ഷി വോക്സ് ഇൻ ബ്യൂട്ടി)
32. *Parisina* (1816)
(പരിസീന)
33. *Child Harold's Pilgrimage*
(ചൈൽഡ് ഹാരോൾഡിന്റെ തീർത്ഥാടനം)
34. *Thoughts collected by a College Examination.*

ബൈറണിന്റെ വ്യക്തിജീവിതത്തെ കാവ്യജീവിതവുമായി കൂട്ടിക്കുഴയ്ക്കാതിരുന്നാൽ, അദ്ദേഹത്തിന്റെ കവിതകൾ ശക്തമായ ഹാസം ഉദ്ദീപ്തമാക്കി എക്കാലത്തും നിലകൊള്ളും. ആ വിധത്തിൽ തന്നെയാണ് സംഭവിച്ചുകൊണ്ടിരിക്കുന്നതും. അദ്ദേഹത്തിന്റെ മിക്ക കവിതകളും മറ്റു കാല്പനിക കവികളിൽനിന്നും വ്യത്യസ്തമായി ശ്രുതിമാധുര്യമില്ലാതെ ഗദ്യമായി മാറുമ്പോഴും അതിലെ വാക്കുകൾ എല്ലായ്പ്പോഴും ചിന്തോദ്ദീപകമാണ്.

She Walks In Beauty

She walks in beauty, like the night
Of coludless climes and sarry skies,
And all that's best of dark and bright
Meet in her aspect and her eyes;

Thus mellow'd to that tender light
Which heaven to gandy day denies.

One shade the more, one ray the less
Had half impair'd the nameless grace.
I saw her singing at her work,
And O'ver the sickle bending;
I listen'd, till I had my fill;
And, as I mounted up the hill,
The music in my heart I bore
Long after it was heard no more.

6

പെഴ്സി ബിഷ് ഷെല്ലി

Percy Bysshe Shelly (1792-1822)

ആംഗല കാല്പനിക കാവ്യപ്രതിഭകളുടെ രണ്ടാം തലമുറയിൽപ്പെട്ട കവികളിൽ പ്രമുഖനായിരുന്നു പെഴ്സി ബിഷ് ഷെല്ലി എന്ന പി ബി ഷെല്ലി. വിപ്ലവകാരിയായ ആദർശവാദിയായിരുന്നു അദ്ദേഹം. കാവ്യഭാവനയുടെ വർണ്ണച്ചിറകേറിപ്പറന്ന അദ്ദേഹത്തിന് കാല്പനിക കവികളുടെയിടയിൽ ഇക്കാര്യത്തിൽ വളരെ പ്രത്യേകമായ സ്ഥാനമാണുള്ളത്. “കാവ്യഭാവനയുടെ പ്രവാചകൻ” എന്നറിയപ്പെട്ടിരുന്ന അദ്ദേഹം വിശ്വാസത്തിന്റെയും പ്രതീക്ഷയുടെയും വക്താവായിരുന്നു. ഒരു കവിയെന്നു മാത്രമല്ല, നല്ലൊരു ചിന്തകനും നിയമനിഷേധിയും നിരീശ്വരവിശ്വാസിയും കാമുകനും നല്ലൊരു മനുഷ്യനും ഒക്കെയായിരുന്നു അദ്ദേഹം.

സസക്സിലെ ഫീൽഡ് പ്ലെയ്സിലെ ഒരു പ്രഭു കുടുംബത്തിലാണ് 1792 ആഗസ്ത് 4 ന് അദ്ദേഹം ജനിക്കുന്നത്. റ്റോറി പാർട്ടിയിലുള്ള ഒരു പ്രഭു കുടുംബാംഗമായിരുന്നു പ്രശസ്തനും സമ്പന്നനുമായ അദ്ദേഹത്തിന്റെ അച്ഛൻ. കുടുംബത്തിലെ ആദ്യ സന്തതിയും, ഏക ആൺകുട്ടിയുമായിരുന്നു ഷെല്ലി. ശ്മശാനങ്ങൾ സന്ദർശിക്കലും പ്രകൃതിയോടിണങ്ങുന്നതുമായിരുന്നു ബാലനായിരുന്ന ഷെല്ലിയുടെ വിനോദങ്ങൾ. ഒപ്പം രാസവിദ്യകൾ പരീക്ഷിക്കുന്നതിനും, ഭയാനകമായ ആശയങ്ങൾ ഉൾക്കൊള്ളുന്ന പുസ്തകങ്ങൾ വായിച്ചു ഗ്രഹിക്കുന്നതിനും ഷെല്ലി ധാരാളം സമയം കണ്ടെത്തിയിരുന്നു.

പത്താം വയസ്സിൽ ഷെല്ലിയെ സമീപത്തുള്ള ബ്രെന്റ് ഫോർഡ് സയോൺ അക്കാഡമിയിൽ ചേർന്നു. ഏകനായും ചിന്താമഗ്നനായും ഇരിക്കുന്ന പ്രകൃതക്കാരനായിരുന്നു ആ ബാലൻ. ചങ്ങാതിമാർ കുറവായിരുന്നു; ഇല്ലെന്നു വേണമെങ്കിൽ പറയാം. പഠനത്തിൽ സമർത്ഥനായിരുന്നു.

മൂന്നു വർഷം ആ അക്കാഡമിയിൽ പഠിച്ചു. അവിടെവെച്ച് ഗ്രീക്ക് ലാറ്റിൻഭാഷകൾ ഷെല്ലി വശത്താക്കിയിരുന്നു.

തുടർന്ന് പ്രശസ്തമായ ഈറ്റൻ (Eton) കോളേജിലെ വിദ്യാർത്ഥിയായി അദ്ദേഹം ചേർന്നു. അദ്ദേഹത്തിന്റെ പ്രത്യേകമായ ചില പ്രകൃതങ്ങൾ കണ്ട് അവിടുള്ളവർ "കിറുക്കൻ ഷെല്ലി" എന്നാണ് വിളിച്ചിരുന്നത്. കുത്തുവാക്കുകളും പരിഹാസപ്പേരും നിറഞ്ഞ ആ പഠനകാലം ഷെല്ലിക്ക് വേദനാജനകമായിരുന്നു. തുടർന്ന് ഓക്സ്ഫോർഡ് സർവ്വകലാശാലയിലായിരുന്നു അദ്ദേഹത്തിന്റെ വിദ്യാഭ്യാസം.

ഓക്സ്ഫോർഡിലെ പഠിതാവായിരിക്കുമ്പോഴാണ് വിപ്ലവാത്മകചിന്തയും സ്വതന്ത്രമായ ആദർശവും ഒക്കെ ഷെല്ലിയുടെ മനോമുകുരത്തിൽ ഉടലെടുത്തത്. തോമസ് ഹോഗ് എന്ന വിദ്യാർത്ഥി മാത്രമായിരുന്നു അദ്ദേഹത്തിന്റെ ഏകസുഹൃത്ത്. തന്റെ കുടുംബത്തിന്റെ അകന്ന ബന്ധുത്വത്തിൽ വരുന്ന ഹാരിയറ്റ് ഗ്രോപ് എന്ന സുന്ദരിയുമായി ഷെല്ലി പ്രണയത്തിലായത് ഈ കാലങ്ങളിലായിരുന്നു. കുറച്ച് പ്രണയകത്തുകൾ കൈമാറിയതല്ലാതെ, തുടർപ്രവർത്തനങ്ങളിലേയ്ക്കടുക്കാതെ തന്നെ അവരുടെ ബന്ധം പെട്ടെന്നുതന്നെ അവസാനിച്ചു. ഇരുവിഭാഗക്കാരുടെയും കുടുംബങ്ങൾക്ക് ആ ബന്ധം കടുത്ത എതിർപ്പായിരുന്നതായിരുന്നു അതിനു പിന്നിലുള്ള ഒരു കാര്യം. 1810 കളായിരുന്നു കാലഘട്ടം.

ഓക്സ്ഫോർഡിലെ വിദ്യാർത്ഥിയായിരുന്ന കാലത്തുതന്നെ ഷെല്ലി *നിരീശ്വരവാദത്തിന്റെ ആവശ്യകത* (*The Necessity of Atheism*) എന്ന ഒരു ലഘുലേഖ പ്രസിദ്ധീകരിച്ചു. 1811 ലായിരുന്നു സംഭവം. അതുണ്ടാക്കിയ വിവാദം ഭയങ്കരമായിരുന്നു. അതിൽ കോപിഷ്ഠരായ സർവ്വകലാശാല അധികൃതർ ഷെല്ലിയെ ഓക്സ്ഫോർഡിൽനിന്നും പുറത്താക്കി, ഒപ്പം സുഹൃത്തായ തോമസ് ഹോഗിനെയും.

ഈ വാർത്ത സൃഷ്ടിച്ച ആഘാതം ഷെല്ലിയുടെ പിതാവിനെ ചൊടിപ്പിച്ചു. ഷെല്ലിക്ക് എല്ലാവിധ സഹായങ്ങൾ നല്കുന്നതും പിതാവ് നിർത്തി. അതോടെ ഷെല്ലിയുടെ സുഹൃത്തായ തോമസ് ഹോഗും ലണ്ടനിലേക്ക് പോയി.

ഷെല്ലിയുടെ സ്വതന്ത്ര വിശ്വാസത്തിൽനിന്നും ഉടലെടുത്ത രണ്ടു നിത്യ ശത്രുക്കളായിരുന്നു പ്രഭുക്കന്മാരും പുരോഹിതന്മാരും. ഇവരെ ഉന്മൂലനം ചെയ്യാനായി പ്രകൃതിദത്തവും മനുഷ്യകൃതവുമായ സമസ്ത ശക്തികളെയും സമാഹരിക്കുകയെന്ന ലക്ഷ്യമാണ് അദ്ദേഹത്തിന്റെ പില്ക്കാല ജീവിതത്തിൽ ഊറ്റം കൊണ്ടിരുന്നത്.

ഇരുപത് വയസ്സിനോടടുത്തെത്തിയപ്പോൾ 1811 ആഗസ്ത് 28 ന് ഹാരിയറ്റ് വെസ്റ്റ് ബ്രൂക്ക് എന്ന സ്കൂൾ വിദ്യാർത്ഥിനിയെ ഷെല്ലി വിവാഹം ചെയ്യാൻ ആഗ്രഹിച്ചു. ലണ്ടനിൽ അദ്ദേഹം താമസിക്കുന്ന കാലത്താണ് തന്റെ സഹോദരിയുടെ കൂടെ പഠിക്കുന്ന ആ പെൺകുട്ടിയെ ഷെല്ലി കാണാനിടയായത്. ഒരു കോഫിഹൗസ് നടത്തിപ്പുകാരന്റെ മകളായിരുന്നു വെസ്റ്റ് ബ്രൂക്ക്. ഷെല്ലി ഒരു നിരീശ്വരവാദിയായിരുന്നെന്ന് അറിയാമായിരുന്നതിനാൽ

അവൾക്ക് അദ്ദേഹത്തോട് ആദ്യം ഒരടുപ്പവും തോന്നിയിരുന്നില്ല. നിരാശനായ അദ്ദേഹം വെയിൽസിൽ ചെന്നശേഷം അവൾക്ക് സ്ഥിരമായി കത്തെഴുതാൻ തുടങ്ങി.

നിരീശ്വരവാദിയായ ഷെല്ലിയുമായുള്ള മകളുടെ ബന്ധമറിഞ്ഞ പിതാവ് വെസ്റ്റ് ബ്രൂക്കിനെ നിരന്തരമായി പലരീതിയിൽ ശിക്ഷിച്ചുകൊണ്ടിരുന്നു. തന്റെ പ്രയാസങ്ങൾ മുഴുവനും അവൾ തുറന്ന് അദ്ദേഹത്തിനെഴുതി. ഷെല്ലി താമസംവിനാ ലണ്ടനിലെത്തി. അവളുടെ വിവാഹസമ്മതം നേടിയശേഷം, അവളെയുംകൂട്ടി ഷെല്ലി സ്കോട്ട്ലാന്റിലേക്കു പോയി. അന്ന് ഷെല്ലിക്ക് ഇരുപത് വയസ്സ് തികഞ്ഞിട്ടുണ്ടായിരുന്നില്ലെന്നു പറഞ്ഞിരുന്നുവല്ലോ. ഹാരിയറ്റ് വെസ്റ്റ് ബ്രൂക്കിന് 16 വയസായിരുന്നു. നിയമപരമായ വിവാഹച്ചടങ്ങുകളൊന്നും നടന്നിരുന്നില്ല.

അവരുടെ വൈവാഹികജീവിതം അത്രയ്ക്ക് സുഖകരമായിരുന്നില്ല. പലയിടങ്ങളിൽ അവർ മാറിമാറിത്താമസിച്ചു. എഴുത്തിലും അത്യാവശ്യം പ്രസംഗങ്ങളും നടത്തി ജീവിതമാർഗ്ഗം അദ്ദേഹം കണ്ടെത്തി. 1813 ൽ ഒരു മകളും 1914 ൽ ഒരു മകനും അവർക്കു ജനിച്ചു. ഇയാൻതേ എന്നായിരുന്നു മകൾക്ക് അവർ നല്കിയ പേര്. മകന്റേത് ചാൾസും. കുഞ്ഞുങ്ങൾ ആയശേഷം ഹാരിയറ്റ് വെസ്റ്റിന്റെ മാതാപിതാക്കളുമായി അവർ അടുത്തു കഴിഞ്ഞിരുന്നു.

പക്ഷേ, തന്റെ അഭിരുചിക്കിണങ്ങാത്ത രീതിയിൽ ഹാരിയറ്റ് വെസ്റ്റ് നീങ്ങുന്നതായി ഷെല്ലി മനസ്സിലാക്കി. വേഷഭൂഷാദികളിൽ അമിതഭ്രമമായിരുന്നു അവൾക്ക്. വേർപിരിയലിന്റെ വക്കിൽവരെ എത്തിയതായിരുന്നു. പക്ഷേ, കുഞ്ഞുങ്ങളുടെ കാര്യമോർത്ത് അങ്ങനെയൊന്നും സംഭവിക്കാതിരിക്കാൻ അദ്ദേഹം നിയമപരമായ വിവാഹച്ചടങ്ങ് ദേവാലയത്തിൽവച്ച് നടത്തുകയും ചെയ്തു.

പക്ഷേ, അവരുടെ കുടുംബപ്രശ്നം ദിനംപ്രതി വഷളായിക്കൊണ്ടിരുന്നു. തന്റെ മക്കളെയുംകൂട്ടി അവൾ ഷെല്ലിയെ ഉപേക്ഷിച്ചുകൊണ്ട് സ്വന്തം വീട്ടിലേക്ക് ഒരുദിവസം പോകുകയും ചെയ്തു.

ഷെല്ലിയുടെ രാഷ്ട്രീയഗുരുവായിരുന്നു എഴുത്തുകാരനും ചിന്തകനുമായ വില്യം ഗോഡ്വിൻ. *പൊളിറ്റിക്കൽ ജസ്റ്റിസ്* എഴുതിയത് അദ്ദേഹമായിരുന്നു. അദ്ദേഹത്തിനോട് നല്ല സൗഹൃദബന്ധം ഷെല്ലി സ്ഥാപിച്ചിരുന്നു; കുടുംബത്തോടും. വളരെ പെട്ടെന്നാണ് അദ്ദേഹത്തിന്റെ മകളുമായി ഷെല്ലി അടുപ്പത്തിലായത്. മേരി എന്നായിരുന്നു അവളുടെ പേര്. തങ്ങളുടെ പ്രണയം തുടരുന്നതിനുമുമ്പ് ഷെല്ലി തന്റെ ഭാര്യയോട് മകളുമായി മടങ്ങിവരാൻ അഭ്യർത്ഥിച്ചെങ്കിലും അവൾ അതു നിഷേധിച്ചു. ഔപചാരികതയോടുകൂടിയ ചടങ്ങുകൾ ഒന്നുംതന്നെയില്ലാതെ ഷെല്ലി തുടർന്ന് മേരിയെ വിവാഹം കഴിച്ചു. 1814 ജൂലൈ 26 ന് അവർ സ്വിറ്റ്സർലാന്റിലേക്ക് പോയി.

തങ്ങൾക്കൊപ്പം ഹാരിയറ്റ് വെസ്റ്റ് ജീവിക്കുന്നത് ഇരുവർക്കും താല്പര്യമായിരുന്നുയെന്നതാണ് സത്യം. അക്കാര്യം അറിയിച്ചുകൊണ്ട് അവർ അവൾക്ക്

കത്തുമെഴുതുമായിരുന്നു. പക്ഷേ, അവൾ മടങ്ങിവന്നില്ല. ഇതിനിടയിൽ അവൾക്കുണ്ടായിരുന്ന ഒരു പ്രേമബന്ധവും വിജയിച്ചില്ല. എല്ലാം കൂടി യായപ്പോൾ ഗതിനശിച്ച പാവം ഹാരിയറ്റ് വെസ്റ്റ് 1816 നവംബർ 9 ന് നദി യിൽ ചാടി ആത്മഹൂതി ചെയ്തു.

തന്റെ കുഞ്ഞുങ്ങളെയെങ്കിലും തിരിച്ചുകിട്ടുമെന്ന് ഷെല്ലി കരുതി. നിയമോപദേശങ്ങൾ തേടിയെങ്കിലും പ്രയോജനമുണ്ടായില്ല. തീരാദുഃഖ ങ്ങൾ മുഴുവൻ അദ്ദേഹം എഴുത്തിൽ സമർപ്പിച്ചു. മേരിയുടെ സ്നേഹവും സാമീപ്യവും അദ്ദേഹത്തിന്റെ ദുഃഖത്തെ വീണ്ടും കുറച്ചു. തുടർന്നുള്ള മാസം അവർ ലണ്ടനിൽ പോയി ദേവാലയത്തിൽ വച്ച് ഔപചാരികമായ വിവാഹം നടത്തി.

പക്ഷേ, ലണ്ടനിലെ യാഥാസ്ഥിതികർ അദ്ദേഹത്തിന്റെ എഴുത്തു കൾക്കെതിരായിരുന്നു. സമൂഹത്തിന്റെ സ്വത്തെല്ലാം ഒന്നാക്കി പങ്കിടണ മെന്ന ഗോഡ്വിന്റെ *പൊളിറ്റിക്കൽ ജസ്റ്റിസി*ലെ മുഖ്യപ്രമേയമായിരുന്നു അദ്ദേഹത്തിന്റെ എഴുത്തിന്റെ കാതലും. ഷെല്ലിക്കെതിരെ പ്രവർത്തി ക്കാൻപറ്റുന്ന ഓരോനിമിഷവും യാഥാസ്ഥിതികർ കാത്തിരുന്നു. അവ സാനം 1818 ൽ ഷെല്ലി മേരിയുമൊത്ത് ഇറ്റലിയിലേക്ക് സ്വയം നാടുകട ത്തപ്പെട്ടു എന്നുവേണം പറയാൻ.

"കനകം പകുത്താൽ കുറയും
പ്രണയം പകുത്താൽ കയറും."

എന്നു വിശ്വസിക്കാനും ലോകത്തിനു കാണിച്ചുകൊടുക്കാനും അവർക്കായി. മേരിയും ക്രമേണ ഒരു എഴുത്തുകാരിയാകാൻ തുടങ്ങി. *ഫ്രാങ്കസ്റ്റൈൻ* അവരുടെ ഒരു പ്രശസ്തമായ നോവലാണ്.

ഷെല്ലി തന്റെ പുസ്തകങ്ങൾ പ്രസിദ്ധീകരിക്കുന്നതിനുമുമ്പ് മേരി യുടെ അഭിപ്രായം ആരായുമായിരുന്നു. വിമർശനപരമായതും സൃഷ്ടി പരവുമായ അഭിപ്രായം അവർ നല്കുമായിരുന്നു. എഴുത്തിൽ മാത്രമല്ല, സാമൂഹിക രാഷ്ട്രീയ കാര്യങ്ങളിലും അവരുടെ സ്വാധീനം ഷെല്ലിക്കു ണ്ടായിരുന്നു. *വിച്ച് ഓഫ് അറ്റ്ലസ്* (*അറ്റ്ലസിലെ യക്ഷി*) പ്രസിദ്ധീകരി ക്കാനൊരുങ്ങുമ്പോൾ മേരി അതെർത്തിരുന്നു. എതിർക്കാതെ പ്രസിദ്ധീ കരിക്കാൻ അനുവാദം തരണമെന്ന് കാണിച്ച് അദ്ദേഹം എഴുതിയ കവി തയാണ് 'ടു മേരി.'

ഇറ്റലിയിലേക്ക് ചെന്നശേഷം അദ്ദേഹം തിരിച്ചു നാട്ടിലേക്കു വന്ന തേയില്ല. അവിടെ വിവിധ ഇടങ്ങളിൽ അദ്ദേഹം മാറിമാറി താമസിച്ചു. വെനീസും പിസയും റോമും നേപ്പാൾസും ഒക്കെ അദ്ദേഹം താമസിച്ച ഇടങ്ങളാണ്. ഈ കാലയളവിലാണ് ബൈറൺ ഇറ്റലിയിലെത്തുന്നത്. പിന്നീട് കീറ്റ്സും അവിടെയെത്തിയിരുന്നു. നാട്ടിൽ ദരിദ്രനാരായണനായി ജീവിച്ച് ഫാനിബ്രൗണിനോടുള്ള പ്രണയത്തിൽ നിരാശനായും ക്ഷയ രോഗം ബാധിച്ച് തളർന്നും ഒക്കെയാണ് കീറ്റ്സ് അവിടെയെത്തിയിരു ന്നത്. ഷെല്ലിയേക്കാൾ മൂന്നു വയസ്സ് പ്രായം കുറവായിരുന്നു കീറ്റ്സിന്. ആ കാലയളവിൽ ഇറ്റലിയിലെത്തിയ മറ്റൊരാളാണ് ലീഹണ്ട്. ഇറ്റലി

യിലെ വിവിധ ഇടങ്ങളിൽ താമസിച്ചിരുന്നു ഇവർ. പിസായിൽ മിക്കപ്പോഴും സമ്മേളിക്കുമായിരുന്നു. കവിതയെഴുത്ത്, ഉൾനാടൻ പര്യടനം, സാഹിത്യ രാഷ്ട്രീയ താത്ത്വിക ചർച്ചകൾ, തീവ്രമായ വിമർശനം ഒക്കെയായിരുന്നു അവരുടെ ഒത്തുകൂടലിന്റെ ലക്ഷ്യം. ഇംഗ്ലീഷ് സാഹിത്യത്തിന്റെ കാല്പനികശാഖ ഇറ്റലിയിൽ മുളപൊട്ടിയതിൽ ഇനി അതിശയോക്തിയൊന്നും വേണ്ടല്ലോ. ഈ മൂവരും ഇറ്റലിയിൽ വെച്ചുതന്നെയാണ് ഈ ലോകത്തിൽനിന്നും പിരിഞ്ഞുപോയതും.

ആദ്യം പ്രായം കുറഞ്ഞ കീറ്റ്സ് മരണമടഞ്ഞു, 1821 ൽ. പിറ്റേവർഷമാണ് ഷെല്ലി മരണമടഞ്ഞത്. ബൈറണുമായി ഒരു സൗഹൃദ സന്ദർശനം കഴിഞ്ഞു മടങ്ങുമ്പോൾ സ്പെസിയാ ഉൾക്കടലിൽ കൊടുങ്കാറ്റിൽപ്പെട്ട് അദ്ദേഹം യാത്ര ചെയ്ത ബോട്ട് തകിടം മറിഞ്ഞു. നീന്തൽ വശമില്ലാതിരുന്ന അദ്ദേഹം മുങ്ങി മരിക്കുകയാണുണ്ടായത്. കീറ്റ്സിന്റെ മരണത്തിൽ അദ്ദേഹം വിലപിച്ചെഴുതിയ *അഡോണ* എന്ന കാവ്യത്തിൽ സ്വന്തം മരണത്തെ ദീർഘദർശനം ചെയ്തിരുന്നു. ഷെല്ലിക്ക് അന്ന് മുപ്പത് വയസ്സായിരുന്നു.

മൃതദേഹം അകലെയുള്ള ഒരു തീരത്ത് രണ്ടാഴ്ച കഴിഞ്ഞാണ് വന്നടിഞ്ഞത്. കടൽത്തീരത്ത് മൃതദേഹം കണ്ടെത്തിയ ആളുകൾ തീരത്തുതന്നെ അതിനെ മറവു ചെയ്തു. വീണ്ടും രണ്ടാഴ്ചയെങ്കിലും കഴിഞ്ഞു കാണും ബന്ധുമിത്രാദികൾ ഈ വാർത്ത അറിയുവാനായിട്ട്. അവർ മൃതദേഹം കണ്ടെടുത്ത് തുടർന്ന് ദഹിപ്പിക്കുകയും ചെയ്തു.

പിന്നീട് 1823 ജനുവരി 21 ന് അദ്ദേഹത്തിന് ഏറ്റവും പ്രിയങ്കരനായിരുന്ന കീറ്റ്സിന്റെ പ്രൊട്ടസ്റ്റന്റ് സെമിത്തേരിയിലെ ശവകുടീരത്തിനു സമീപം അദ്ദേഹത്തിന്റെ ചിതാഭസ്മ പേടകവും സ്ഥാപിച്ചു.

ഷെല്ലിയുടെ മരണശേഷമായിരുന്നു അദ്ദേഹത്തിന്റെ സുഹൃത്തായിരുന്ന ബൈറൺ മരണമടഞ്ഞത്. മുപ്പത്തിയാറാം വയസ്സിൽ.

കാലങ്ങൾക്കുശേഷം മേരിഷെല്ലി തന്റെ ഭർത്താവിനെക്കുറിച്ചുള്ള ഭൂതകാലസ്മരണകളടങ്ങിയ ഒരു ജീവചരിത്രം രചിച്ചു. പില്ക്കാലത്ത് ചരിത്ര രേഖകളിൽ ഷെല്ലിക്ക് കൂടുതൽ ഇടം കണ്ടെത്താൻ ആ പുസ്തകം കാരണമാക്കിയിരുന്നു.

പി ബി ഷെല്ലിയുടെ പ്രധാന കൃതികൾ

1. *Necessity of Atheism*(1811)
   (നിരീശ്വരത്തിന്റെ ആവശ്യകത)
2. *Original Poetry by Victor and Cazire* (1811)
   (വിക്ടറിന്റെയും സസൈറിന്റെയും യഥാർത്ഥ കവിത)
3. *An Address to the Irish People* (1812)
   (ഐറിഷ് ജനതയോട് ഒരു ആഹ്വാനം)
4. *Queen Mab* (1813)

(മാബ് രാജ്ഞി) ആചാരക്രമങ്ങൾ മനുഷ്യരെ ദുഷിപ്പിക്കുന്നുവെന്നും പരസ്പര സ്നേഹം ജീവിതത്തിൽ ദീപ്തിയുളവാക്കുമെന്നുമാണ് ഇതിലെ പ്രമേയം.

5. *Posthumous Fragments of Margaret Nicholson* (1813)
(മാർഗ്ഗരറ്റ് നിക്കോൾസണിന്റെ മരണാനന്തര ശേഷിപ്പുകൾ). മൂന്നാമൻ ജോർജ്ജ് രാജാവിനെ വകവരുത്താൻ ശ്രമിച്ച ഒരു ഭ്രാന്തിയുടെ കഥ).
6. *A Refutation of Deism* (1814)
(ഈശ്വരസാന്നിദ്ധ്യത്തിന് ഒരു നിഷേധം)
7. *Alastor* (1816) *(Spirit of Solitude)*
(പ്രതികാരദാഹി) ആത്മീയ പരിവേഷം നല്കുന്ന ഒരിനം ആത്മകഥ.
8. *Ozymandias* (1817)
(ഓസിമെൻദിയാസ് എന്ന ഗ്രീക്ക് രാജാവ്) യശസ്സും സമ്പത്തും ഒരിക്കൽ തച്ചുടയ്ക്കപ്പെടുമെന്ന് അറിയിക്കാൻ രാജാവിന്റെ തകർന്ന പ്രതിമയെ അവതരിപ്പിക്കുന്നു).
9. *The Revolt of Islam* (1817)
(ഇസ്ലാമിന്റെ കലാപം) ലയോൺ ആന്റ് സിൻഡ്യ എന്നായിരുന്നു ഈ കാവ്യത്തിന്റെ ആദ്യപേര്. ഒരേസമയം സുഖലോലുപന്മാരും നിത്യദരിദ്രരും ഭൂമിയിൽ ജീവിക്കുന്നതാണ് ഇതിവൃത്തം.
10. *Rosalind and Helen* (1819)
(റോസലിൻഡും ഹെലനും) അവിവാഹിതരായ രണ്ടു സ്ത്രീകളുടെ മാതൃത്വത്തിന്റെ കഥ.
11. *The Cenci* (1819)
(സെൻസി പ്രഭു). സ്വന്തം മകളെ വെറുക്കുന്ന ഒരു രാജാവിന്റെ കഥയാണ് പ്രമേയം.
12. *Satires* (1819)
(പരിഹാസ കാവ്യങ്ങൾ) മൂന്നു പരിഹാസ കാവ്യങ്ങൾ അദ്ദേഹം രചിച്ചു. *The Masque of Anarchy (അരാചകത്വത്തിന്റെ കപട നാട്യം), Peter Bell the third, swellfoot the Tyrant* എന്നിവയാണവ.
13. *Promotheus Unbound* (1819)
(സ്വതന്ത്രനായ പ്രൊമിത്യൂസ്). ഷെല്ലിയുടെ മാസ്റ്റർ പീസായി പലരും ഈ കാവ്യത്തെ കരുതുന്നു. ജൂപ്പിറ്റർ ദേവന്റെ എതിർപ്പു തൃണവല്ഗണിച്ചുകൊണ്ട് സ്വർഗ്ഗത്തിൽനിന്നും തീ കൈവശമാക്കിയ പ്രൊമിത്യൂസിന്റെ കഥ; പുതിയ രൂപത്തിൽ.
14. *Eppisychidion* (1821)
(ആത്മാവിന്റെ ആത്മാവിനെത്തേടൽ)

15. *Hellas* (1822)
(*ഹെല്ലാസ്*) തുർക്കി ശക്തികൾക്കെതിരെ ഗ്രീക്കുകാർ നടത്തിയ യുദ്ധം പശ്ചാത്തലമാക്കിയുള്ള കാവ്യം.

16. *Adonais (1821)*
(അഡെണോയ്) കീറ്റ്സിന്റെ അകാലനിര്യാണത്തിൽ മനംനൊന്ത് എഴുതിയ കവിത. ഇതൊരു *Pastoral elegy* (അജപാല വിലാപം) യാണ്. ആ കവിതയിലെ വരികൾ കവിയുടെ സ്വന്തം ജീവിതത്തിൽ അറംപറ്റിയതായി കരുതുന്നു.

17. *Song to the Man of England* (1821)
(ഇംഗ്ലണ്ടിലെ പണിയാളോർക്കുള്ള ഗാനം) വിപ്ലവകവിയെന്ന് തിരിച്ചറിയിക്കുന്ന കവിത.

Men of England, Wherefore plough
For the lords who lay ye low?
Wherefore feed with toil and care
The rich robes your tyrants wear!
(ഇംഗ്ലണ്ടിലെ പണിയാളോരെ നിങ്ങ-
ളെന്തിനു നിലമുഴുന്നു, നിങ്ങളെ-
യടിച്ചമർത്തും പ്രഭുക്കൾക്കായ്?
നെയ്യുവതെന്തിനു പട്ടിണിയാൽ
മുന്തിയ തുണികൾ മർദ്ദിതരവർക്കായ്?)

18. *The Witch of Atlas* (1820)
(*അറ്റ്ലസിലെ യക്ഷി*) അറ്റ്ലസ് പർവ്വതത്തിൽ ജീവിക്കുന്ന ഒരു സുന്ദരിയായ യക്ഷിയുടെ കഥ)

19. *The Sensitive Plant* (1820)
(*വികാരം കൊണ്ട ചെടി*) പ്രേമസന്തോഷങ്ങളെ സൗന്ദര്യ ആദർശങ്ങൾ എങ്ങനെ ബാധിക്കുന്നു എന്ന് ഇതിവൃത്തമാക്കിയ ഒരു കവിത.

20. *Julian and Maddalo*
(*ജൂലിയനും മെഡാലേയും*) ജൂലിയൻ ഷെല്ലിയും മെഡാലോ ബൈറണും തമ്മിൽ കാവ്യഭാഷയെ സംബന്ധിച്ചു നടത്തുന്ന സാങ്കല്പിക സംഭാഷണം.)

21. *The Triumph of Life* (1822)
(*ജീവിതത്തിന്റെ വിജയം*) പ്രേമം മാത്രം അനശ്വരമെന്നു വിവക്ഷിക്കുന്ന കവിത.

22. *A Defence of Poetry* (1840)
(*കവിതയ്ക്കുവേണ്ടി ഒരു ന്യായവാദം*) അദ്ദേഹത്തിന്റെ ഒരു ഗദ്യകൃതിയാണിത്. പീക്കോക്കിന്റെ ഒരു ലേഖനത്തിനു മറുപടിയെന്ന

രീതിയിൽ എഴുതിയ പ്രബന്ധമാണിത്).

23. ഷെല്ലിയുടെ ഭാവഗീതകങ്ങളും ഗീതകങ്ങളും ലഘുകവിതകളുമാണ് അദ്ദേഹത്തിന് ശാശ്വതകീർത്തി നേടിക്കൊടുത്തത്.

സംഗീതാത്മകമായ ചിന്തയും വ്യക്തിത്വത്തിന്റെ പ്രകാശനവുമാണ് കവിതയെന്നതാണ് അദ്ദേഹത്തിന്റെ മതം. ഭാവനയെ തൊട്ടുണർത്തുന്ന നിറവൈഭവമാണ് അദ്ദേഹത്തിന്റെ ഈ രചനയ്ക്കുള്ളത്. ലളിതവും ദീപ്തവും വികാര തീക്ഷ്ണതയും നിറഞ്ഞ അദ്ദേഹത്തിന്റെ അത്തരം രചനകളും ചുവടെ ചേർക്കുന്നു:

1. *To a Skylark (വാനമ്പാടിയോട്)*
2. *To a Cloud (കാർമേഘത്തോട്)*
3. *To Wordsworth (വേഡ്സ്വർത്തിനോട്)*
4. *To the West Wind (പടിഞ്ഞാറൻ കാറ്റിനോട്)*
5. *To the Night (രാത്രിയോട്)*
6. *Hymn to Intellectual Beauty* (ബൗദ്ധിക സൗന്ദര്യത്തിനു സ്തുതി)
7. *Mutability* (ചാഞ്ചല്യം)
8. *The Poet's Dream (കവിയുടെ കിനാവ്)*
9. *Hymn to the Spirit on Nature (പ്രകൃതിയുടെ ആത്മാവിന് സ്തുതി.)*
10. *Lines Written among the Euganean Hills (യൂജേനിയൻ കുന്നുകൾക്കിടയിൽ എഴുതിയ വരികൾ)*
11. *Stanzas Written in Dejection (നിരാശയിൽ എഴുതിയ കാവ്യഭാഗങ്ങൾ)*
12. *The Indian Serenade(ഇന്ത്യൻ പ്രേമഗാനം)*
13. *Love's philosaphy (പ്രേമത്തിന്റെ തത്ത്വശാസ്ത്രം)*
14. *The World's Wanderes (ഭൂമിയിലെ അലക്ഷ്യ യാത്രക്കാർ)*
15. *Arethusa (അരത്തൂസേ)*
16. *A Dream of the unknown (ഒരജ്ഞാതന്റെ കിനാവ്)*
17. *I fear Thy Kisses Gentle Maid (സൗമ്യകന്യകേ നിന്റെ ചുംബനങ്ങളെ ഞാൻ ഭയക്കുന്നു)*
18. *Hymn of Appollo (അപ്പോളോദേവനു സ്തുതി)*
19. *Hymn of Pan (സംഗീതദേവനു സ്തുതി)*
20. *The World's Great Age Begins A New (ലോകത്തിന്റെ മഹത്ത്വകാലം പുതുമയായ് തുടങ്ങുന്നു)*
21. *Autumn: A Dirge (ശരത്കാലം: ഒരു ചരമഗീതം)*
22. *To Naples (നേപ്പിൾസിനോട്)*
23. *One Word is Too often profound Music (ഒരു വാക്ക് മിക്കപ്പോഴും അശുദ്ധഗീതമാകുന്നു)*
24. *When soft voices Die (മൃദുലസ്വരങ്ങൾ മരിക്കുമ്പോൾ)*

25. *Song* (*ഗാനം*)
26. *The Flower that smiles Today* (*ഇന്നു ചിരിക്കുന്ന കുസുമം*)
27. *To Jane: The recollection* (*ജയിനിനോട് : ഓരോർമ്മ*)
28. *The Flight of Love* (*പ്രേമത്തിന്റെ പ്രയാണം*)
29. *To Harriet* (*ഹാരിയറ്റിനോട്*)
30. *To a Lady with a Guitar* (*ഗിത്താറോടുകൂടിയ സ്ത്രീയോട്*)
31. *A Widow Bird sate Mourning* (*വിലാപത്തിൽ തൃപ്തിനേടുന്ന വിധവാപ്പക്ഷി*)
32. *To Mary* (*മേരിയോട്*)
33. *To Sophia* (*സോഫിയയോട്*)
34. *The Magnetic lady to Her Patient* (*കാന്തികതയുള്ള സ്ത്രീ തന്റെ ഇഷ്ടനോട്*)
35. *The Drowned Lover* (*മുങ്ങിമരിച്ച കമിതാവ്*)
36. *To Ianthe* (*ഇയാൻതേയോട്*)
37. *To Constantia* (*കോൺസ്റ്റൻഷ്യയോട്*)
38. *Lines Written in the Bay of Lerici* (*ലറിസി ഉൾക്കടലിൽ വച്ചെഴുതിയ വരികൾ*)
39. *To Edward Williams* (*എഡ്വേർഡ് വില്യംസിനോട്*)
40. *St. Edmund's Eve* (*സെയ്ന്റ് എഡ്മണ്ട് ദിനം*)
41. *To* (*ആരോടെന്നറിയാതെ*)
42. *The Zucca* (*സക്കാ*)
43. *Floridispina* (*നിറപ്പകിട്ടുള്ളവൾ*)
44. *Revenge* (*പ്രതികാരം*)
45. *The Fugitive* (*അഭയാർത്ഥി*)
46. *Fragment* (*ശകലം*)

മുതലായവ.

1824 ൽ അദ്ദേഹത്തിന്റെ മരണാനന്തരം പ്രസിദ്ധീകരിച്ച ഒരു കൃതിയാണ് *Posthumus Poem* (*മരണാനന്തര കവിതകൾ*). 1834 ലും മറ്റൊരു മരണാനന്തര കൃതി പ്രസിദ്ധീകരിക്കപ്പെട്ടു *Poetic Works* (*കാവ്യരചനകൾ*) എന്നപേരിൽ. അദ്ദേഹത്തിന്റെ പല കവിതകളും വിവിധഭാഷകളിലേക്കു തർജ്ജുമ ചെയ്തിട്ടുണ്ട്. മലയാളത്തിലേക്ക് തർജ്ജുമ ചെയ്ത കൃതികളിൽ *To the West Wind* (മലേഷ്യാ രാമകൃഷ്ണൻ), *To a Skylark* (വൈലോപ്പിള്ളി/ചങ്ങമ്പുഴ), *Love's Philosophy* (എൻ വി കൃഷ്ണവാര്യർ), *Ozymandias* (സുഗതകുമാരി) തുടങ്ങിയ മികച്ചവയാണ്.

ഷെല്ലിയുടെ കാവ്യസങ്കല്പം

കവിതയ്ക്കുവേണ്ടി ഒരു ന്യായവാദം (*A Defence of Poetry*) എന്ന ഗദ്യകൃതിയിലാണ് ഷെല്ലി തന്റെ കാവ്യസങ്കല്പം പീക്കോക്കിന്റെ ഒരു

ലേഖനത്തിനുള്ള മറുപടിയെന്നോണം നല്കിയത്. ഭാവനയിലൂടെ ആശയങ്ങളെ ലോകത്തിനു നല്കുന്ന ദാർശനിക പ്രവൃത്തിയാണ് കവി ചെയ്യുന്നത്. അറിവു സൃഷ്ടിക്കാൻ അഥവാ ആശയങ്ങളെ സൃഷ്ടിക്കാൻ കവിക്കു മാത്രമേ കഴിയൂ. അത് പദ്യരൂപത്തിലായാലേ കവിതയാകൂയെന്നില്ല; ഗദ്യരൂപത്തിലും ആവാം. അതിലെ സർഗ്ഗചൈതന്യമാണ് പ്രധാനം. അതിനാൽ ഗദ്യങ്ങൾ മാത്രമെഴുതിയ പ്ലേറ്റോയും ഫ്രാൻസിസ് ബെയ്ക്കണും കവിയാണെന്നാണ് ഷെല്ലി പറയുന്നത്. അതുപോലെ പദ്യരൂപത്തിൽ രചനകൾ നടത്തുകയും എന്നാൽ അവയിൽ സർഗ്ഗചൈതന്യം ഇല്ലെങ്കിൽ അവ കവിതയല്ല. രചനകൾ യാതൊന്നും എഴുതാത്തവരും എന്നാൽ സർഗ്ഗചൈതന്യം ജീവിതത്തിൽ തെളിയിച്ച ഗാന്ധിജിയും എബ്രഹാം ലിങ്കണും ഒക്കെ കവികളാണെന്നാണ് ഷെല്ലിയുടെ അഭിപ്രായം.

സംഗീതാത്മകമായ ചിന്തയാണ് കവിത. അത് വ്യക്തിത്വത്തിന്റെ പ്രകാശനമാണ്. അതിനാൽ കവിതകളൊന്നും സദാചാര വിരുദ്ധമല്ലെന്ന് ഷെല്ലി വാദിക്കുന്നു. എല്ലാവിധ നന്മതിന്മകളും മനുഷ്യർക്കറിയാം. കവിതയിലൂടെ പ്രപഞ്ചത്തിന്റെ ആന്തരിക സൗന്ദര്യം തിരിച്ചറിഞ്ഞ് അതുമായി ലയിച്ചു ചേരുന്നതാണ് സദാചാരം. ആ ശുദ്ധ ചിന്തകളുടെ അടിസ്ഥാനം സ്നേഹമാണ്. ഷെല്ലി പറയുന്നു:

> സദാചാരത്തിന്റെ വലിയ രഹസ്യം സ്നേഹമാണ്. അതായത് നമ്മുടെ പ്രകൃതത്തിൽനിന്നും പുറത്തുപോയി അപരന്റെ ചിന്തയിലും പ്രവൃത്തിയിലും ശരീരത്തിലുമുള്ള സൗന്ദര്യവുമായി പൊരുത്തപ്പെട്ടുപോകുന്നതാണ് കവിത. ഒരുവൻ വളരെ നല്ലവനാകണമെങ്കിൽ, സമഗ്രവും തീവ്രവുമായ ഭാവന അവനുണ്ടാകണം. അപരന്റെ സ്ഥാനത്ത് തന്നെ സങ്കല്പിച്ചു നോക്കണം; മറ്റനേകം ആളുകളുടെ സ്ഥാനത്തും. സർവ്വജീവജാലങ്ങളുടെയും സുഖവും ദുഃഖവും തന്റേതായി കരുതുവാൻ അവനാകണം. സദാചാരത്തിന്റെ മഹത്തായ ആ ഉപകരണമാണ് ഭാവന. വായനക്കാരന്റെ ഭാവനയെ കവിത ഫലവത്താക്കുന്നു. അത് അവന്റെ ഭവനയുടെ മണ്ഡലം വിശാലമാക്കുന്നു. വിവിധ ആശയങ്ങളെ സ്വാംശീകരിക്കാൻ സഹായിക്കുന്നതും ആനന്ദം നിറഞ്ഞതുമായ ചിന്തകളാണ് അതിന് സഹായകരമാകുന്നത്. ദുർബ്ബല ശരീരത്തെ പുഷ്ടിപ്പെടുത്തുന്നതിന് കായികാഭ്യാസം സഹായിക്കുന്നതുപോലെയാണ് ഒരുവന്റെ മനസ്സിൽ സദാചാരബോധത്തിന് കാരണമാകുന്ന അന്തരീക്ഷത്തെ കവിത ശക്തിപ്പെടുത്തുന്നത്. അതിനാൽ കവി തന്റെ വ്യക്തിപരമായ ശരിതെറ്റുകൾ കവിതയിൽ നിറയ്ക്കുന്നത് തെറ്റാണ്. കാരണം, അത് നിശ്ചിതമായ ദേശത്തെയും കാലത്തെയും ആധാരമാക്കിയുള്ളതായിരിക്കും. അത് യഥാർത്ഥകാലത്തിനും ദേശത്തിനും ശരിയാകണമെന്നില്ല (P B Shelly, *A Defence of Poetry*, lines 338–356).

പ്രപഞ്ചത്തിന്റെ അന്തർധാര മനസ്സിലാക്കാൻ പറ്റുന്ന ആർക്കും അത് സൃഷ്ടിക്കുന്ന ആനന്ദത്തിൽ സദാചാര വിരുദ്ധമായി ഒന്നും ചെയ്യാൻ പറ്റില്ല. അതിനു കവിത വേണം. യാന്ത്രികതയുടെ മായാലോകത്ത് ജീവിക്കുന്ന മനുഷ്യന് കവിത ആവശ്യമില്ലെന്ന് പറയുന്നത് തെറ്റാണ്. കാരണം, ഒരു താല്ക്കാലിക സുഖത്തിനപ്പുറം നിത്യസുഖമാണ് കവിത നല്കുന്നത്. നിത്യസുഖം തരുന്നവയ്ക്കെല്ലാം നിത്യപ്രയോജനമുണ്ടാകും. അറിവും ആനന്ദവും ശക്തിക്കുമൊപ്പം സൗന്ദര്യവും നന്മയും ആസ്വദിക്കാനും കവിത വഴിയൊരുക്കുന്നു. കവിതയില്ലെങ്കിൽ ഉൽക്കൃഷ്ട വികാരങ്ങളൊക്കെയും മനുഷ്യനിൽനിന്നും വീണുടഞ്ഞേനെ. ഷെല്ലി പറയുന്നു:

> കവിത തികച്ചും ദിവ്യമായ എന്തോ ഒന്നാണ്. ഇത് ഒരേസമയം അറിവിന്റെ കേന്ദ്രബിന്ദുവും പരിധിയുമാണ്. എല്ലാ ശാസ്ത്രത്തെയും വെളിവാക്കുന്നത് കവിതയാണ് എല്ലാ ശാസ്ത്രവും അതിലാണ് വിവരണാത്മകമാകുന്നത്. അതേസമയം എല്ലാവിധ ചിന്താധാരകളുടെയും വേരും ചൂരുമാണ് കവിത. അതിൽനിന്നാണ് എല്ലാം ഉണ്ടാകുന്നത്. എല്ലാത്തിനെയും അലങ്കരിക്കുന്നതും കവിതയാണ്. കവിതയില്ലെങ്കിൽ ഫലവും വിത്തും ഇല്ലാതാകും. അങ്ങനെ ഊഷരമായ ഈ ഭൂമിയിൽ പോഷണവും ജീവ വൃക്ഷത്തിന്റെ പിൻതുടർച്ചയും തടയപ്പെടുന്നു (Lines 979-986).

സ്നേഹവും ദേശഭക്തിയും സൗഹൃദവും ഒക്കെ ഉണ്ടാകുന്നത് കവിതയുള്ളതുകൊണ്ടാണെന്നാണ് ഷെല്ലി പറയുന്നത്. ഭൂമുഖത്ത് ലഭ്യമായിരിക്കുന്ന എല്ലാവിധ ശ്രേഷ്ഠതയ്ക്കും കാരണവും കവിതയെന്നാണ്. ആ കവിത വരുന്നത് കാവ്യദേവത കുടികൊള്ളുന്ന അബോധമനസ്സിൽ നിന്നാണ്. ബോധമനസ്സ് ആ കവിഞ്ഞൊഴുകൽ അറിയുന്നത് പിന്നീടാണ്. ചിത്രം മുഴുവൻ വരച്ചുതീർന്നശേഷം മാത്രം തന്റെ ചിത്രം ഒരു ചിത്രകാരൻ തിരിച്ചറിയുന്നതുപോലെ, കവിത പൂർത്തിയായശേഷമേ അതിന്റെ പൂർണ്ണരൂപം കവിക്കും അറിയാൻ പറ്റുന്നുള്ളൂ.

> Poetry is the record of the best and happiest
> moments of the happiest and best minds"
> (ഏറ്റവും ഉത്തമവും സന്തോഷപൂർണ്ണവുമായ മനസ്സുകളുടെ ഏറ്റവും ഉത്തമവും സന്തോഷപൂർണ്ണവുമായ നിമിഷങ്ങളുടെ തെളിവാണ് കവിത. lines 1030-1031).

ഷെല്ലിയുടെ പ്രേമസങ്കല്പം

ക്ഷണികമായ പ്രേമബന്ധങ്ങളിൽ പലപ്പോഴായി വീണുഴറിയ കവിയായിരുന്നു ഷെല്ലി. നല്ലൊരു കാമുകനായിരുന്നു ഈ കവി. പ്രേമത്തെ

ക്കുറിച്ചുള്ള അദ്ദേഹത്തിന്റെ സങ്കല്പം വളരെ ചിന്താബന്ധുരമായതായിരുന്നു.

പൂമ്പാറ്റയ്ക്ക് താരകങ്ങളോടുള്ള പ്രേമം. രാവിന് പുലരിയോടുള്ള മോഹം. വേദനകളുടെ ഭൂവിടങ്ങളിൽനിന്നും അകലേക്കുള്ള എന്തിനോടോയുള്ള ഗാഢമായ ഭക്തി.

ഇത്തരം പ്രേമത്തിന്റെയും മോഹത്തിന്റെയും ഭക്തിയുടെയും ഒക്കെ സായൂജ്യമടയലായിരുന്നു അദ്ദേഹത്തിന്റെ പ്രേമകാവ്യങ്ങൾ. ഒരുവന് പ്രേമമെന്ന ഉദ്ദീപനത്തിനു കാരണമായ വസ്തു സ്ത്രീയാണ്; അത് ഒരു ദിവ്യരൂപവും അയാളുടെ തന്നെ ആത്മാവിന്റെ പ്രതിഫലനവും ആകുമ്പോൾ അയാൾക്ക് ആത്മനിർവൃതിയുണ്ടാകുന്നു. ഇതാണ് അദ്ദേഹത്തിന്റെ പ്രേമഭാജ്യത്തെപ്പറ്റിയുള്ള സങ്കല്പം. 1817 ൽ അദ്ദേഹമെഴുതിയ ആദ്യത്തെ വലിയ കൃതിയായ *പ്രതികാരദാഹി* (*Alastar*)യിൽ തന്റെ ഈ പ്രേമസങ്കല്പം നായകനെക്കൊണ്ട് പറയിപ്പിക്കുന്നുണ്ട്: "അവൾ എന്റെ പ്രതിബിംബമാണ്. എന്റെ മറ്റൊരു സത്ത. എന്നേക്കാൾ പ്രിയപ്പെട്ടതും മനോഹരവും."

ഷെല്ലിയുടെ പ്രേമകാവ്യങ്ങളിൽ ഏറ്റവും ശ്രദ്ധേയം Eppisychidian (ആത്മാവിന്റെ ആത്മാവിനെത്തേടൽ) ആണ്. എമിലിയ ആണ് പ്രധാന കഥാപാത്രം. ഭൂമുഖത്തു പേരും വിലാസവുമില്ലാത്ത ഒരു സ്ത്രീ. ആ ചേതോഹാരിണി ഉജ്ജ്വലവികാരം ഉൾത്തടത്തിൽ നല്കുന്നു. അത് സ്വർഗ്ഗാഭിമുഖമായ ഒരാരാധനയും നിർവൃതിയുമായിരുന്നു.

പ്രേമത്തെ സംബന്ധിച്ച് അദ്ദേഹത്തിന് വീണ്ടും വ്യക്തമായ ഒരു കാഴ്ചപ്പാടുണ്ടായിരുന്നു. പ്രേമം മാംസനിബദ്ധമായ ഒരു വികാരമല്ലെന്നും പവിത്രതയാർന്ന ഒന്നാണെന്നും അദ്ദേഹം കരുതി. സ്നേഹം ജീവനാണ്. ലോകത്തിന്റെ ധാർമ്മികതയെ നിയന്ത്രിക്കേണ്ടത് സ്നേഹമാണ്. അതിനാൽ സ്വതന്ത്രമായ സ്നേഹമാണ് വേണ്ടത്. ഇഷ്ടമുള്ളവളെ വിവാഹം കഴിക്കാനുള്ള സ്വാതന്ത്ര്യം ഉണ്ടാകണമെന്നും ഔപചാരികവും സ്ഥാപിതനിബന്ധവുമായ വിവാഹം പാടില്ലെന്നുമായിരുന്നു അദ്ദേഹത്തിന്റെ അഭിപ്രായം. രണ്ടുതവണ ഷെല്ലി വിവാഹം കഴിച്ചപ്പോഴും ഔപചാരികമായിരുന്നില്ല. പിന്നീട് മക്കളുടെ നിയമാവകാശത്തിനുവേണ്ടി ദേവാലയത്തിൽ വച്ച് സ്ഥാപിത നിയമബദ്ധമാക്കുകയാണുണ്ടായത്.

ഷെല്ലിയുടെ പ്രകൃതിദർശനം

ഷെല്ലിയുടെ കാവ്യരചനകളുടെ പ്രധാന പ്രചോദനങ്ങളിൽ ഒന്നാണ് പ്രകൃതി. അദ്ദേഹത്തിന് പ്രകൃതിസൗന്ദര്യം ബൗദ്ധിക പ്രചോദനമായിരുന്നു. പ്രകൃതിയിലെ സർവ്വതും അദ്ദേഹത്തിന് മനോജ്ഞവും കാവ്യപ്രേരകവുമായിരുന്നു. വെളിച്ചത്തിന്റെ വിവിധ ശോഭകളും ജലത്തിന്റെയും കാറ്റിന്റെയും ചലനങ്ങളും അദ്ദേഹം വാക്കുകൾകൊണ്ട് തെളിച്ചു കാണിച്ചുകൊടുത്തു. ഒപ്പം അവ അദ്ദേഹത്തിന്റെ അകതാരിൽ സങ്കല്പ

ത്തിന്റെ ഭാവപ്രപഞ്ചവും ധാരാളമായി സൃഷ്ടിച്ചു. പ്രകൃതിയിൽനിന്ന് ഊർജ്ജവും പ്രചോദനവും ഈ വിധത്തിൽ ഉൾക്കൊണ്ട മറ്റൊരു കവി ഈ ലോകത്ത് ഇതുവരെ ഉണ്ടായിട്ടില്ല തന്നെ. എന്നിട്ടും വൈരുദ്ധ്യമെന്നോണമെന്നു വേണമെങ്കിൽ പറയാം, പ്രതികൂലമായ കാലാവസ്ഥ പ്രകൃതിയിൽ സൃഷ്ടിച്ച് ഒരു ദുർനിമിഷത്തിലാണ് അദ്ദേഹത്തിനു മുങ്ങി മരിക്കേണ്ടി വന്നത്.

Hymn Of Pan

From the forests and highlands
We come, we come;
From the-river girt islands,
Where loud waves are dumb,
Listening to my sweet pipings;
The wind in the reeds and the rushes,
The beer on the bells of thyme,
The birds on the myrtle, bushes,
The cicale above in the lime,
And the lizards below in the grass,
Were as silent as ever old Tmolus was,
Listening to my sweet pipings.
Liquid peneus was flowing,
And all dark Tempe lay
In Pelion's shadow, outgrowing
The light of the dying day,
Speeded by my sweet pipings
The sileni and Sylvans and Fauns,
And the Nyphs of the woods and waves,
To the edge of the moist river-lawns,
And all that did then attend and follow,
Were silent with love, as you now, Apollo
With envy of my sweet pipings.

7

ജോൺ കീറ്റ്സ്

John Keats (1795-1821)

കലയിൽ മാത്രം ജീവിതാനന്ദം കണ്ടെത്തുകയും പൂർണ്ണമായ നിസ്സംഗത്വം പാലിക്കുകയും ചെയ്ത കവിയാണ് ജോൺ കീറ്റ്സ്. മറ്റു കാല്പനിക കവികളെപ്പോലെ ഫ്രഞ്ചു വിപ്ലവമോ സമകാലിക സാമൂഹിക രാഷ്ട്രീയ പ്രശ്നങ്ങളോ ഒന്നും അദ്ദേഹത്തിന്റെ ജീവിതത്തെ സ്വാധീനിച്ചിരുന്നില്ല. അവയൊക്കെ തന്റെ കാവ്യ ജീവിതത്തിനിടയിൽ കൂട്ടിക്കുഴയ്ക്കാൻ അദ്ദേഹം ശ്രമിച്ചിരുന്നുമില്ല. സ്വന്തമായി ഒരു സ്വപ്ന ലോകം തീർത്ത് അതിനുള്ളിലിരുന്ന് വീണമീട്ടി സുഖലോലുപനായിരിക്കാനായിരുന്നു അദ്ദേഹത്തിനിഷ്ടം. ക്ഷണികമായിരുന്നു അദ്ദേഹത്തിന്റെ ജീവിതം. ഇരുപത്തിയാറാം വയസ്സിൽ പൊലിഞ്ഞുപോയ അദ്ദേഹത്തിന്റെ അവസാനത്തെ അഞ്ചുവർഷമായിരുന്നു കാവ്യജീവിതം. കാവ്യപ്രതിഭത്വവും ഭാവനയും ഒക്കെക്കണ്ട മാത്യു അർനോൾഡ് അദ്ദേഹത്തെ "ഷേക്സ്പിയറിന് ഒപ്പം നില്ക്കുന്ന കവി"യെന്നാണ് വിശേഷിപ്പിച്ചത്. സൗന്ദര്യാരാധന മാത്രം ജീവിതത്തിൽ നടത്തിയ അദ്ദേഹത്തിന്റെ രചനകൾ അതിനു വ്യക്തമായ തെളിവും നല്കുന്നു. –"A thing of beauty is a joy for ever" (ഒരു സുന്ദരവസ്തു ആനന്ദദായകമെന്നുമെപ്പോഴും). "Beauty is truth; Truth is beauty" (സൗന്ദര്യം സത്യമാണ്; സത്യം സൗന്ദര്യമാണ്). സൗന്ദര്യ ഉപാസനയായിരുന്നു അദ്ദേഹത്തെ മറ്റു കവികളിൽനിന്നും വേറിട്ടു നിർത്തിയത്.

1795 ഒക്ടോബറിൽ ലണ്ടനിലെ മൂർഫീൽഡിലാണ് ജോൺ കീറ്റ്സ് ജനിച്ചത്. പിതാവ് നഗരത്തിലെ ഒരു സത്രയുടമയുടെ കുതിരാലയ സൂക്ഷിപ്പുകാരനായിരുന്നു, ഒരു തോമസ് കീറ്റ്സ്. ആ സത്രയുടമയുടെ മകൾ ഫ്രാൻസെസ്സ് ഡെന്നിങ്സായിരുന്നു ജോൺ കീറ്റ്സിന്റെ മാതാവ്. മാതാപിതാക്കൾ യഥാർത്ഥത്തിൽ പ്രണയവിവാഹക്കാരായിരുന്നു. അവർക്കു ജനിച്ച അഞ്ചു മക്കളിൽ കടിഞ്ഞൂൽപുത്രനായിരുന്നു ജോൺ കീറ്റ്സ്.

ജോൺ കീറ്റ്സിന്റെ എട്ടാം വയസ്സിൽ പിതാവ് മരിച്ചു. കുതിരപ്പുറത്തുനിന്നു വീണാണ് മരിച്ചത്. ദുരന്തസ്മരണകൾ മാഞ്ഞു തീരുന്നതിനു മുമ്പുതന്നെ മാതാവ് മറ്റൊരു വിവാഹം കഴിഞ്ഞുപോയി. പിന്നെ മുത്തച്ഛന്റെ പരിചരണയിലാണ് ജോൺ കീറ്റ്സ് ജീവിച്ചത്. മറ്റു സഹോദരങ്ങളും.

എൻഫീൽഡിലുള്ള ക്ലാർക്സ് അക്കാഡമിയിലാണ് ജോൺ കീറ്റ്സിന്റെ വിദ്യാഭ്യാസം ആരംഭിച്ചത്. പതിനാലു വയസ്സുവരെ അവിടെ പഠിച്ചു. മിടുക്കനും പ്രതിഭത്വവും നിറഞ്ഞ കുട്ടിയായിരുന്നു കീറ്റ്സ്. ഇക്കാലത്താണ് സ്കൂൾ മേധാവിയുടെ മകനും പില്ക്കാലത്ത് ഷേക്സ്പിയറിയൻ പണ്ഡിതനെന്ന് പ്രസിദ്ധനുമായ ചാൾസ് കൗഡർ ക്ലാർക്കുമായി പരിചയത്തിലാകുന്നത്. പുസ്തകങ്ങളുടെ ലോകത്തേക്ക് ജോൺ കീറ്റ്സ് പിച്ചവച്ചു തുടങ്ങിയത് ഇതോടുകൂടിയാണ്. വായിക്കാനായി ധാരാളം സാഹിത്യ പുസ്തകങ്ങൾ കീറ്റ്സിന് സുഹൃത്ത് എത്തിച്ചുകൊടുത്തു. കുട്ടിക്കാലത്തുതന്നെ അദ്ദേഹത്തിന് ഹോമർ, റൂസോ, ഷേക്സ്പിയർ, സ്പെൻസർ, മിൽട്ടൻ തുടങ്ങിയവരുടെ കവിതകൾ വായിക്കാൻ കീറ്റ്സിനു കഴിഞ്ഞു. 1810 ഓടെ അദ്ദേഹത്തിന്റെ സ്കൂൾ വിദ്യാഭ്യാസം പൂർത്തിയായി.

ഇതിനിടയിൽ കീറ്റ്സിന്റെ മാതാവിന്റെ രണ്ടാം ഭർത്താവ് മരിക്കുകയും, അവർ മൂന്നാമത് വിവാഹിതയാകുകയും ചെയ്തു. പക്ഷേ, മൂന്നാമത്തെ ഭർത്താവുമായി അവർ പിണങ്ങി വളരെ വേഗംതന്നെ സ്വന്തം വീട്ടിലെത്തി. പക്ഷേ, ക്ഷയരോഗം ബാധിച്ച് അവർ വേഗം മരിക്കുകയായിരുന്നു. മാതാവ് അപ്രകാരം മരിക്കുമ്പോൾ ജോൺ കീറ്റ്സിന് 14 വയസ്സായിരുന്നു. ക്ഷയം പാരമ്പര്യമായിട്ട് പിടികൂടിയതായിരുന്നു. കീറ്റ്സിന്റെ സഹോദരനായിരുന്ന ടോം 1818 ൽ അകാലചരമമടഞ്ഞതും ഈ പാരമ്പര്യരോഗം മൂലമായിരുന്നു. (ജോൺ കീറ്റ്സ് മരിച്ചതും അതുകാരണം തന്നെയായിരുന്നല്ലോ.)

അമ്മയെയും സഹോദരനെയും മരണം വരെ ശുശ്രൂഷിച്ചത് കീറ്റ്സ് ആയിരുന്നു. അതിൽനിന്നായിരുന്നു ഈ രോഗം അദ്ദേഹത്തെയും ബാധിച്ചത്.

ക്ലാർക്ക്സ് അക്കാഡമിയിലെ സ്കൂൾ വിദ്യാഭ്യാസം പൂർത്തിയാക്കിയ കീറ്റ്സിന് ഉന്നതവിദ്യാഭ്യാസം നേടാൻ പറ്റിയില്ല. തോമസ് ഹാമോക്ക് എന്നൊരാളിന്റെ കീഴിൽ അദ്ദേഹം വൈദികശാസ്ത്രപഠനം

ആരംഭിച്ചു. അപ്പോഴും ചാൾസ് കൗഡർ ക്ലാർക്ക് അദ്ദേഹത്തിന്റെ വായനയെ പ്രോത്സാഹിപ്പിച്ചുകൊണ്ടിരുന്നു. സ്പെൻസറിന്റെ കൃതികൾ വായിച്ചുറച്ചിരുന്ന അദ്ദേഹം ഇക്കാലത്ത് അവയെ അനുകരിച്ച് കവിതകൾ എഴുതിയിരുന്നു. വൈദ്യശാസ്ത്ര പഠനത്തിനുശേഷം "ലൈസൻഷ്യേറ്റ് ഓഫ് ദി സൊസൈറ്റി ഓഫ് എപ്പോത്തികെരീസ്" എന്ന സർട്ടിഫിക്കറ്റ് അദ്ദേഹത്തിനു കിട്ടി. തുടർന്ന് ഒരാശുപത്രിയിൽ ഡ്രസ്സറായി ഉദ്യോഗം ലഭിച്ചെങ്കിലും, കാവ്യലോകത്ത് ആറാടാനായിരുന്നു അദ്ദേഹം ആഗ്രഹിച്ചത്.

1817 ലാണ് കീറ്റ്സിന്റെ ആദ്യ കവിതാസമാഹാരം പ്രസിദ്ധീകരിച്ചത് -*പോയംസ്*. ആ സമയത്തായിരുന്നു സഹോദരന്റെ രോഗം കലുഷിതമായിരുന്നത്. പിറ്റേവർഷം അയാൾ മരിക്കുകയും ചെയ്തിരുന്നു. തന്റെ മാനസികവ്യഥയ്ക്ക് അല്പം അയവുകിട്ടാനായി വൈെയിറ്റ് ദ്വീപിലേക്ക് കീറ്റ്സ് പോയി. സുഹൃത്തുക്കളുടെ പ്രേരണയിലാണിങ്ങനെ ചെയ്തതെങ്കിലും, അദ്ദേഹം വളരെവേഗം തിരിച്ചുപോരുകയാണുണ്ടായത്.

കീറ്റ്സിനു ധാരാളം കൂട്ടുകാരികൾ ഉണ്ടായിരുന്നു. ഒക്കെ ചങ്ങാത്തങ്ങൾ മാത്രമായിരുന്നു. പ്രകൃതിയുടെ സൗന്ദര്യത്തിന്റെ ഭാഗമായിട്ടാണ് അവരെയൊക്കെ കീറ്റ്സ് കണ്ടത്. വൈദ്യപഠനകാലത്ത് ഒരു കരോലിനും ആനും കൂട്ടുകാരികളായിരുന്നു. ജോൺ ഫെൽടൺ എന്നൊരു സുഹൃത്തിന്റെ സഹോദരികളായിരുന്നു അവർ. അവരെ ഓർമ്മിച്ചെഴുതിയ കവിതയാണ് *To Some Ladies*. ഷാർലെറ്റായിരുന്നു മറ്റൊരു കൂട്ടുകാരി. മറ്റൊരു സുഹൃത്തായ റെയ്നോൾഡ്സിന്റെ സഹോദരിയായിരുന്നു അവൾ. *On Receiving Elvian shell and a copy of Verses* എന്ന ഭാവഗീതം അവളെ ആലോചിച്ചെഴുതിയതായിരുന്നു. പിന്നൊരു ജോർജ്ജിയാനാവൈലി. *Stanzas to Ms Vaily* എന്ന കവിത അവളെ ഓർമ്മിച്ചെഴുതിയതാണ്. ഈ ജോർജ്ജിയാനാ വൈലി പിന്നീട് കീറ്റ്സിന്റെ സഹോദരൻ ജോർജ്ജ് വിവാഹം ചെയ്തിരുന്നു. ഇവരെല്ലാം വെറും ചങ്ങാതികൾ മാത്രമെന്നും, കീറ്റ്സ് ഇവരെ പ്രേമിച്ചിരുന്നില്ലെന്നും പറഞ്ഞല്ലോ. കാരണം, പൊക്കക്കുറവായ (അഞ്ചരയടി ഉയരം) തന്നെ ആരും പ്രേമിക്കുകയില്ലെന്ന തെറ്റായ ധാരണയാണ് അദ്ദേഹത്തിന് ഉണ്ടായിരുന്നത്.

എങ്കിലും കീറ്റ്സ് ഒരു പ്രേമത്തിൽ വീണുപോയി. സ്കോട്ട്ലാന്റിലേക്കുള്ള ഒരു യാത്രയിൽ ഹാംപ്സ്റ്റെഡുകാരിയായ ഫാനി ബ്രൗൺ എന്ന ഏതാണ്ട് പതിനേഴിനോടടുത്ത് പ്രായംവരുന്ന ഒരു സുന്ദരി. തന്നോളം പൊക്കമേയവൾക്കുള്ളൂയെന്ന് കീറ്റ്സിനു തോന്നി. അവൾ ഒരു നർത്തകിയായിരുന്നു. അച്ഛനില്ലാത്ത ഒരു കുട്ടിയായിരുന്നു അവൾ. കത്തുകളിലൂടെ അവർ തങ്ങളുടെ തീവ്രമായ പ്രേമം കൈമാറി. അവളെ ഓർമ്മിച്ചുകൊണ്ട് ധാരാളം കവിതകൾ കീറ്റ്സ് രചിച്ചു. *The Lines of Fanny, Ode to Fanny* തുടങ്ങിയവ ഉദാഹരണങ്ങളാണ്. പക്ഷേ, ക്ഷയരോഗബാധിതനായിരുന്ന കീറ്റ്സിനോട് ഫാനിക്ക് സഹതാപം തോന്നി

യിരുന്നു. തന്റെ രോഗം കീറ്റ്സിനെയും അലട്ടി. അനുഭവിച്ചുകൊണ്ടിരുന്ന കടുത്ത ദാരിദ്ര്യം കൂടിയായപ്പോൾ വിവാഹത്തെക്കുറിച്ച് ആലോചിക്കാനേ കീറ്റ്സിനു കഴിഞ്ഞില്ല. മുത്തശ്ശിയിൽനിന്നും കിട്ടിയിരുന്ന സ്വത്തും തീർന്നിരുന്നു. മുത്തച്ഛന്റെ ഒസ്യത്തിൻപ്രകാരം കിട്ടേണ്ടിയിരുന്ന പണത്തെക്കുറിച്ച് വളരെ വ്യക്തതയൊന്നും അദ്ദേഹത്തിനില്ലായിരുന്നു, അതിനാൽ അതും കിട്ടിയില്ല. പണം കിട്ടുമെന്ന പ്രതീക്ഷയിൽ *Otho the Great* എന്ന നാടകമെഴുതിയെങ്കിലും, ഉദ്ദേശിച്ച ഫലം ലഭിച്ചില്ല.

ഫാനി ബ്രൗണുമായുള്ള പ്രണയം വിഫലമായിയെന്നുതന്നെ പറയാം. ആയിടെയായി വിവിധ സ്ഥലങ്ങളിൽ മാറിമാറിത്താമസിക്കേണ്ടിവന്നിരുന്ന കീറ്റ്സ് ഒരുദിവസം ഫാനി ബ്രൗണിനെ നേരിൽ കാണാൻ അവളുടെ വീട്ടിൽ പോയി. മടങ്ങിവന്നപ്പോൾ അവളെ കാണാതിരിക്കാൻ തനിക്ക് പറ്റാത്ത അവസ്ഥയാണെന്ന് കീറ്റ്സിനു തോന്നി. സാമ്പത്തിക ബുദ്ധിമുട്ടുണ്ടെങ്കിലും അദ്ദേഹം അവളെ കാണാൻ ഹാംപ്സ്റ്റെഡിലേക്ക് പോയ്ക്കൊണ്ടിരുന്നു. തുടർച്ചയായ യാത്രയുടെ ഫലമായി അദ്ദേഹത്തിനു പനി ബാധിച്ചു. ചുമകൂടി. 1820 ഫെബ്രുവരിയിൽ കിടപ്പിലായിയെന്നുതന്നെ പറയാം.

ഫെബ്രുവരി മൂന്നിന് അദ്ദേഹം രക്തം ഛർദ്ദിച്ചു. വൈദ്യശാസ്ത്രപഠനം പൂർത്തിയാക്കിയിരുന്ന അദ്ദേഹത്തിനു തന്റെ മരണമടുത്തിരിക്കുന്നുവെന്നറിയാൻ കഴിഞ്ഞു. "ആ രക്തത്തിന്റെ നിറം എനിക്കറിയാം. അതെന്റെ മരണവാറണ്ടാണ്. ഞാൻ മരിക്കുമെന്നത് നിശ്ചയമാണ്" കീറ്റ്സ് പറഞ്ഞു.

കീറ്റ്സ് രോഗിയായി കിടന്നപ്പോൾ ഫാനി ബ്രൗൺ അവളുടെ നൃത്തപരിപാടികൾ പലതും ഉപേക്ഷിച്ചുകൊണ്ട് അദ്ദേഹത്തെ ശുശ്രൂഷിക്കാനെത്തി. താൻ മരിക്കാൻ പോകുന്നവനായതിനാൽ തന്നെ മറന്നുകൊണ്ട് പ്രേമം ഉപേക്ഷിക്കാൻ കീറ്റ്സ് അവളോട് പറഞ്ഞു. പക്ഷേ, അദ്ദേഹത്തെ ഒറ്റയ്ക്കാക്കാൻ അവൾ ആഗ്രഹിച്ചില്ല.

രോഗം മൂർച്ഛിച്ചതിനാൽ ഡോക്ടർമാരുടെ ഉപദേശമനുസരിച്ച് സെപ്തംബർ പതിനേഴാം തീയതി കീറ്റ്സ് ഇറ്റലിയിലേക്കു പോയി. ഇംഗ്ലണ്ടിലെ അതിശൈത്യം രോഗത്തെ കൂടുതൽ വഷളാക്കുമെന്നതിനാലായിരുന്നു ഡോക്ടർ അതു ഉപദേശിച്ചത്. സഹായിയായി സുഹൃത്തായ ജോസഫ് സേവൺ ഒപ്പമുണ്ടായിരുന്നു. പക്ഷേ, ഫാനി ബ്രൗൺ കൂടെയില്ലാത്തതിനാൽ അദ്ദേഹം ഉൽക്കണ്ഠാകുലനായി. രോഗം ദിനംപ്രതി കൂടിക്കൊണ്ടിരുന്നതുകൂടിയായപ്പോൾ അദ്ദേഹത്തിന്റെ മാനസികനില വീണ്ടും തെറ്റി. കവിതയിൽ ആശ്വാസം കണ്ടെത്താമെന്നു വിചാരിച്ചപ്പോൾ അതിനും കഴിഞ്ഞില്ല. 1820 ഫെബ്രുവരിക്കുശേഷം അദ്ദേഹത്തിനു ഒരുവരിപോലും എഴുതാനായില്ല. ഒരു വർഷത്തിനുശേഷം 1821 ഫെബ്രു

വരി 13 ന് സുഹൃത്തായ സേവേണിന്റെ കരങ്ങളിൽക്കിടന്ന ആ യുവ കവി അന്ത്യശ്വാസം വലിച്ചു. അന്ന് അദ്ദേഹത്തിന് വെറും 26 വയസ്സായിരുന്നു.

റോമിലെ പ്രൊട്ടസ്റ്റന്റ് സെമിത്തേരിയിൽ അദ്ദേഹത്തിന്റെ മൃതദേഹം അടക്കംചെയ്തു. “ജീവിതം ജലരേഖയായിത്തീർന്ന ഒരാളിവിടെ വിശ്രമിക്കുന്നു.” (Here lies one whose name was written in water) എന്ന് സ്മാരകശിലയിൽ കൊത്തിവെച്ചു. കല്ലറയിൽ ഇപ്രകാരം എഴുതിവയ്ക്കണമെന്ന് അദ്ദേഹം നേരത്തേ മരിക്കുന്നതിനുമുമ്പ് ആവശ്യപ്പെട്ടിരുന്നു.

കീറ്റ്സിന്റെ കൃതികൾ

1. *Poems* (1817)

(*കവിതകൾ*). സ്പെൻസറുടെ കൃതികളുമായി അനുകരിച്ചെഴുതിയ കവിതകൾ. *ഇമിറ്റേഷൻ ഓഫ് സ്പെൻസർ, ഓൺ ഫസ്റ്റ് ലുക്കിങ് ഇന്റു ചാപ്മൻസ് ഹോമർ* തുടങ്ങിയവ ഇതിൽ ഉൾപ്പെടുന്നു.

2. *Endymion* (1818)

(*എൻഡിമിയോൺ*). കീറ്റ്സിന്റെ ആദ്യത്തെ നീണ്ട കവിത. ഗ്രീക്ക് സാഹിത്യത്തെ അടിസ്ഥാനമാക്കിയുള്ളത്. എൻഡിമിയോൺ എന്ന മൗണ്ട് ലാറ്റ്മോസിലെ ആട്ടിടയന് ചന്ദ്രന്റെ അധിദേവതയായ സിൻതിയയയോടുണ്ടാകുന്ന അനുരാഗമാണ് ഇതിവൃത്തം. 4000 വരികൾ ഈ കവിതയ്ക്കുണ്ട്. അപക്വമാണ് ഈ കാവ്യമെന്ന് അപവാദം നിലവിലുണ്ട്.

3. *Isabella or the Part of Basil* (1818)

(*ഇസബെല്ലാ*). ഇതും ഒരു ദീർഘ കവിതയാണ്. ഇറ്റാലിയൻ കവിയായ ബൊക്കാച്ചിയോയുടെ ഒരു കഥയെ ആസ്പദമാക്കി എഴുതിയതാണ് ഈ കവിത. ഇസബെല്ലായുടെ കാമുകനെ അവളുടെ രണ്ടു സഹോദരന്മാർ നിഷ്ഠുരമായി വധിക്കുന്നതാണ് കഥ. കാമുകന്റെ ശിരസ്സ് കണ്ടെടുത്ത് അവൾ ഒരു കുടത്തിൽ വച്ചശേഷം മുകളിൽ തുളസിച്ചെടി നട്ട് കണ്ണീർകൊണ്ടു നനച്ചു വളർത്തുന്നു.

4. *Hyperion* (1818)

(*സൂര്യദേവൻ*). ദേവന്മാരുടെ ആദ്യപരമ്പരയിൽപ്പെട്ട സാറ്റൺ, ഹൈപീരിയൺ തുടങ്ങിയവരും പുതിയ പരമ്പരയിൽപ്പെട്ട അപ്പോളോ തുടങ്ങിയവരും തമ്മിലുള്ള സംഘട്ടനമാണ് കാവ്യപ്രമേയം. മിൽട്ടന്റെ *പാരഡൈസ് ലോസ്റ്റ്* ഈ രചനയെ സ്വാധീനിച്ചിട്ടുണ്ട്. അപൂർണ്ണമാണീ കവിത.

5. *Fall of Hyperion*

(*സൂര്യദേവന്റെ പതനം*). 1818 ലെഴുതിയ *Hyperion* ന്റെ തുടർകാവ്യം.

6. *Lamia*

(*ലാമിയ*). ലാമിയ എന്നൊരു യക്ഷിയുടെ കഥയാണിത്. ബർട്ടന്റെ *അനാട്ടമി ഓഫ് മെലങ്കളി*യിൽനിന്നും കടംകൊണ്ടതാണ് ഈ കവിത. ഗ്രീക്ക് പശ്ചാത്തലത്തിലാണ് ഇതിന്റെ രചന നടത്തിയിരിക്കുന്നത്.

7. *The Eve of St. Agnes*

(*വിശുദ്ധ ആഗ്നസിന്റെ പെരുനാൾ തലേന്ന്*). കീറ്റ്സിന്റെ റൊമാന്റിക് കാവ്യപ്രതിഭയ്ക്ക് മറ്റൊരു മകുടോദാഹരണമാണ് ഈ കവിത. സുഹൃത്തായ ഇസബെല്ലാ ജോൺസിന്റെ നിർദ്ദേശപ്രകാരമാണ് ഈ കവിതയെഴുതിയത്. ജനുവരി 19, വിശുദ്ധ ആഗ്നസിന്റെ ഓർമ്മപ്പെരുന്നാളിന്റെ തലേനാൾ രാവിൽ കന്യകമാർക്ക് ഭാവിവരന്മാരെ സ്വപ്നം കാണാനാകുമെന്നുള്ള മദ്ധ്യകാലയുഗത്തിലെ ഒരു മിഥ്യാവിശ്വാസത്തെ അടിസ്ഥാനമാക്കി രചിച്ച കാവ്യമാണിത്.

കീറ്റ്സ് ധാരാളം ഭാവഗീതങ്ങളും ഗീതകങ്ങളും (odes and sonnets) രചിച്ചിട്ടുണ്ട്. പ്രധാനപ്പെട്ടവ ചുവടെ ചേർക്കുന്നു.

1. *On a Grecian Urn.*
   (*ഒരു ഗ്രീക്ക് പാത്രത്തെക്കുറിച്ച്*)
2. *On Melancholy*
   (*വിഷാദത്തെക്കുറിച്ച്*)
3. *To a Nightingale*
   (*രാപ്പാടിയോട്*)
4. *To psyche*
   (*രാഗപത്നിയോട്*)
5. *To Pan*
   (*സംഗീതദേവനോട്*)
6. *To Neptune*
   (*വരുണദേവനോട്*)
7. *To Diana*
   (*ഡയാനദേവതയോട്*)
8. *To Autumn*
   (*ശരത്കാലത്തോട്*)
9. *Bards of Passion and of Mirth*
   (*സന്തോഷസന്താപത്തിന്റെ ഗാനശകലങ്ങൾ*)
10. *To Fanny*
    (*ഫാനിയോട്*)
11. *To Maia*
    (*മായിയയോട്*)
12. *To Sorrow*
    (*സങ്കടത്തിനോട്*)

13. *La Belle Dame Sans Merci*
(നിർദ്ദയ സൗന്ദര്യം)
14. *To Autum*
(ശരത്കാലത്തിനോട്)
15. *On Indolence*
(ആലസ്യത്തെക്കുറിച്ച്)
16. *To Fancy*
(ഭാവനയോട്)
17. *To Appollo*
(സൂര്യദേവനോട്)
18. *Hymn to Appollo*
(സൂര്യദേവനു സ്തുതി)
19. *To Diana*
(ഡയാനാദേവതയോട്)
20. *On a Lock of Milton's Hair*
(മിൽട്ടന്റെ തലമുടിയെക്കുറിച്ച്)
21. *On the Mermaid Tavern*
(മത്സ്യകന്യകാസത്രത്തെപ്പറ്റി)
22. *To some Ladies*
(ചില സുന്ദരികളോട്)
23. *On Receiving Elvian shell and a Copy of Verses*
(കിന്നരഗാനവും സംഗീതവും ശ്രവിക്കവേ)
24. *On the Sea.*
(കടലിനെപ്പറ്റി)
25. *To a Cat*
(പൂച്ചയോട്)
26. *Bright star*
(തിളങ്ങുന്ന താരം)
27. *On Looking into Chapman's Homer.*
(ചാപ്മാന്റെ ഹോമർ വായിച്ചപ്പോൾ)
28. *Lop and Bells*
(ലോപും ബെൽസും)
29. *Last Sonnet*
(അവസാന ഗീതകം)
30. *Sleep and Poetry)*
(നിദ്രയും കവിതയും)

31. *On Human Seasons*
(*മാനുഷിക ഋതുക്കളെക്കുറിച്ച്*)
32. *When I have Fears that I may cease to be*
(*എന്നെയൊതുക്കുന്ന ഭയമുണ്ടാകുമ്പോൾ*)
33. *To One who has been Long with City Pent*
(*നഗരപ്പന്തലിൽ ദീർഘനാൾ ജീവിച്ച ഒരാളിനോട്*)
34. *To Homer*
(*ഹോമറിനോട്*)
35. *A Song about Myself*
(*തന്നെപ്പറ്റിത്തന്നെ ഒരു ഗാനം*)
36. *Ben-Nevis a Dialogue*
(*ബെൻ–നെവിസ് ഒരു സംഭാഷണം*)
37. *On the Grasshopper and the cricket*
(*പുൽച്ചാടിയെയും ചീവീടിനെയുംകുറിച്ച്*)

ഇതുകൂടാതെ കീറ്റ്സ് നാടകങ്ങളും രചിച്ചു. *Otho the Great* (*ഓത്തോയെന്ന മഹാൻ*) അതുനുദാഹരണമാണ്. അഞ്ച് രംഗങ്ങളുള്ള നാടകമായിരുന്നു അത്. *King Stephan* (*സ്റ്റീഫൻ രാജാവ്*) എന്ന നാടകം അപൂർണ്ണമായിരുന്നു. അദ്ദേഹത്തിന്റെ കത്തുകളുടെ ഒരു സമാഹാരമായിരുന്നു *Letters* (*കത്തുകൾ*). സുഹൃത്തുക്കൾക്കും കാമിനിമാർക്കും ഫാനിക്കുമൊക്കെ എഴുതിയ കത്തുകളുടെ ശേഖരമാണിവ.

കീറ്റ്സിന്റെ കാവ്യദർശനം

തന്റെ കാവ്യദർശനത്തെക്കുറിക്കുന്ന പ്രത്യേക പുസ്തകരചനകളൊന്നും കീറ്റ്സ് രചിച്ചിരുന്നില്ലെങ്കിലും അദ്ദേഹം തന്റെ സുഹൃത്തുക്കൾക്കും കാമുകിമാർക്കും ഫാനി ബ്രൗണിനുമൊക്കെ അയച്ച കത്തുകളിൽ അദ്ദേഹത്തിന്റെ മികച്ച കാവ്യദർശനങ്ങൾ ചിതറിക്കിടക്കുന്നു. അതുകൊണ്ടുതന്നെയാണ് അദ്ദേഹത്തിന്റെ കത്തുകൾ സാഹിത്യത്തിന്റെ ഭാഗമായി മാറിയതും.

കീറ്റ്സിന്റെ കാവ്യദർശനത്തിൽ ഉയർന്നുവന്ന ഒരു ചിന്താശകലമാണ് ന്യൂനശേഷി അഥവാ *Negative Capability*.

കവി തന്റെ കഥാപാത്രങ്ങളിലൂടെ സഞ്ചരിക്കുന്നതിനാൽ സ്വന്തം വ്യക്തിത്വം കവിതയിൽ പ്രതിഫലിക്കണമെന്നില്ല. താൻ സൃഷ്ടിക്കുന്ന കഥാപാത്രങ്ങളുടെ പ്രകൃതങ്ങളിലേക്ക് കവി പ്രവേശിക്കുകയും സ്വന്തം പ്രകൃതത്തെ ഉപേക്ഷിക്കുകയും ചെയ്യുന്നു. സ്വന്തം പ്രകൃതത്തെ ഉപേക്ഷിക്കുന്ന ഈ ശേഷിയാണ് ന്യൂനശേഷി. എല്ലാത്തരം അനുഭവങ്ങളോടും ഒരുപോലെ പ്രതികരിക്കാനും ആശയങ്ങളും പരമാർത്ഥങ്ങളും ചോർന്നുപോകാതെ, വികാരങ്ങളുടെയും ഇന്ദ്രിയങ്ങളുടെയും മണ്ഡല

ങ്ങളിൽ മാത്രം കഴിഞ്ഞുകൂടാനുമുള്ള കഴിവാണിത്. ഈ ന്യൂനശേഷി ഉള്ളവർക്കേ സൗന്ദര്യത്തെ സത്യമായി കാണാനാവൂ. അതിനാൽ ന്യൂന ശേഷിയാണ് ഉത്തമമായ കാവ്യരചനോപാധി. ഈ വിധത്തിൽ ഇന്ദ്രിയ ങ്ങൾകൊണ്ടും വികാരങ്ങൾകൊണ്ടും ചിന്തിച്ച കവിയാണ് കീറ്റ്സ്. പ്രകൃതി നശ്വരമായിരിക്കുമ്പോൾ അതുണ്ടാക്കി നല്കുന്ന കവിയുടെ ഭാവനയും കലയുമൊക്കെ അനശ്വരമാകുന്നുവെന്നാണ് കീറ്റ്സിന്റെ വാദം. സൗന്ദര്യാരാധനയെ അദ്ദേഹം ഈ വിധത്തിൽ ഒരു തത്ത്വചിന്തയെ ന്നോണം വളർത്തി.

"ഷേക്സ്പിയറിന് ഒപ്പം നില്ക്കുന്ന കവി" എന്നാണ് മാത്യു ആർനോൾഡ് ജോൺ കീറ്റ്സിനെ വിശേഷിപ്പിച്ചത്. ചമൽക്കാരങ്ങളും ബിംബകല്പനകളും ഭാവനയുമെല്ലാംകൊണ്ട് മനോഹരമാക്കിയ കാവ്യ രചനകൾ നടത്തിയ അദ്ദേഹത്തിന്റെ പക്വതയാർന്ന വളർച്ചയെ ആധു നികയുഗത്തിലെ സാഹിത്യപ്രേമികൾ ധാരാളമായി ഇന്നും മനസ്സിലാ ക്കിയിട്ടുണ്ട്.

കീറ്റ്സിന്റെ സൗന്ദര്യദർശനം

എല്ലാവിധത്തിലും സൗന്ദര്യാരാധകനായിരുന്ന സ്പെൻസറിനെപ്പോ ലെയായിരുന്നു കീറ്റ്സ്. ഒരു തത്ത്വശാസ്ത്രംപോലെ തന്നെ കീറ്റ്സ് തന്റെ സൗന്ദര്യാരാധന വളർത്തിയിരുന്നു. അദ്ദേഹത്തിന്റെ സൗന്ദര്യാ രാധന ഒരു സൗന്ദര്യബോധം തന്നെയായിരുന്നു. അത് അദ്ദേഹത്തെ നയിച്ച ഒരു ധ്രുവനക്ഷത്രമായിരുന്നു. ഇന്ദ്രിയഗോചരമായ അനുഭൂതി യിൽ കേന്ദ്രീകൃതമായതാണ് ആ സൗന്ദര്യാരാധന. അതിനപ്പുറം ആ സൗന്ദര്യത്തെ സത്യമായും സത്യത്തെ സൗന്ദര്യമായും അദ്ദേഹം ദർശിച്ച വസ്തുത ആരംഭത്തിൽ പറഞ്ഞിരുന്നല്ലോ. അത് എപ്പോഴും ആനന്ദദാ യകവുമായിരിക്കുമെന്നും അദ്ദേഹം പറയുന്നു.

"A Thing of beauty is a joy for ever;
Its loveliness increases, it will never
pass into nothingness."

ഒരു ഗ്രീക്ക് പാത്രത്തെക്കുറിച്ച് (*Ode on Grecian Urn*) എന്ന കവി തയുടെ അവസാന വരികൾ അദ്ദേഹത്തിന്റെ ആ സൗന്ദര്യദർശനത്തെ വീണ്ടും പ്രതിഫലിപ്പിക്കുന്നു. ആ വരികൾ ഇപ്രകാരമാണ്.

"Beauty is truth, truth is beauty-that is all
Ye know on earth; and all ye need to know."

സൗന്ദര്യത്തിന് ഒരു നിശ്ചിത നിലവാര മാനദണ്ഡം അദ്ദേഹം നല്കി യിരുന്നില്ല. സൗന്ദര്യം സൗന്ദര്യത്തിനുവേണ്ടിയുള്ളതാണ്. പലരും വിരൂ പമെന്നു പറയുന്നതിലും അദ്ദേഹം സൗന്ദര്യവും സത്യവും ദർശിച്ചു. അതാണ് സൗന്ദര്യത്തെ സംബന്ധിച്ച അദ്ദേഹത്തിന്റെ പുതിയ ചിന്തനം.

അതുകൊണ്ടാണ് അദ്ദേഹം ഇപ്രകാരം പറയുന്നത്:

"I have loved the principle
of beauty in all things."

സുഖത്തിലും ദുഃഖത്തിലും ഹൃദയ വേദനയിലും ഒക്കെ സൗന്ദര്യം കടന്നുപോകുന്നു. അവയിൽനിന്നും സൗന്ദര്യത്തെ വേർപെടുത്താനാവില്ല. സൗന്ദര്യത്തിന്റെ നവഘടകമാണ് ഭാവന. അത് സൗന്ദര്യത്തേക്കാൾ മധുരമുള്ളതാണെന്നും കീറ്റ്സ് പറയുന്നുണ്ട്.

അദ്ദേഹം ബെഞ്ചമിൻ ബെയ്‌ലിക്കെഴുതിയ ഒരു കത്തിൽ ഇപ്രകാരം പറയുന്നു:

> I am certain of nothing but of the Holiness of the Heart's affections and the truth of Imagination. What the Imagination seizes as Beauty must be truth-whether it existed before or not - for I have the same idea of all our passions as of love. They are all, in their sublime, creative of essential Beauty.

(ഹൃദയത്തിന്റെ സ്നേഹം പരിപാവനമെന്നും ഭാവന സത്യമാണെന്നും മാത്രമേ എനിക്ക് തീർത്തുപറയാൻ കഴിയുന്നുള്ളൂ. സൗന്ദര്യമായി ഭാവന കടാക്ഷിക്കുന്നതെല്ലാം സത്യമായിരിക്കണം. ആ സൗന്ദര്യം നേരത്തേ ഉണ്ടായിരുന്നോ ഇല്ലയോ എന്നതിൽ കാര്യമില്ല. നാം തമ്മിലുള്ള സ്നേഹത്തെപ്പറ്റിയും എനിക്കുള്ളത് ഇതേ ആശയം തന്നെയാണ്. അവയുടെ ഉദാത്തമായ അവസ്ഥയിൽ, അവയെല്ലാം ആവശ്യംവേണ്ട സൗന്ദര്യം സൃഷ്ടിക്കുന്നു.)

സൗന്ദര്യത്തിന്റെ അത്യുത്തമ മാതൃകകളാണ് കീറ്റ്സ് ധാരാളമായി വാങ്മയ ചിത്രമാക്കിയിട്ടുള്ളത്. സൗന്ദര്യത്തിന് പ്രഥമ സ്ഥാനം നല്കിയ മറ്റൊരു കവി ലോകത്തിലില്ലെന്നുതന്നെ പറയാം. സൗന്ദര്യത്തിന് ഉൽക്കൃഷ്ടഭാവം നല്കിയതിനോടൊപ്പം വർണ്ണശബളവും മാംസളവുമായ ബാഹ്യസൗന്ദര്യത്തിലേക്കും ഈ കവി ആകൃഷ്ടനായിരുന്നത് ആർക്കും മറച്ചുവയ്ക്കാനാവില്ല. സൗന്ദര്യം അദ്ദേഹത്തിന് ഒരു ലഹരിയായിരുന്നു. ഉദാഹരണമായി, വാനമ്പാടിയെ വിളിച്ച് അദ്ദേഹം പറയുകയാണ്: (*Ode to a Nightingale*):

"O for a breaker full of the warm South,
Full of the true, the blushful Hippocrene,
with beaded bubbles winking at the brim,
And purple - stained mouth;
That I might think, and leave the world unseen,
And with thee fade away away into the forest dim.

(ഒരു ചഷകം നിറയെ ചൂടുള്ള തെക്കൻ
തികച്ചും സത്യമാം, തുടുത്ത ഹിപ്പോക്രിൻ;
ഒളികണ്ണെറിയും മുത്താം നീർക്കുമിളയോടും
ചോപ്പു പടർന്നയധരത്തോടും;
അതു മോന്തിയിറങ്ങിടാം ഞാനീ ഭൂവിൽനിന്നും,
കാനനച്ഛായയിൽ നിന്നോടൊപ്പം
മാഞ്ഞുമറഞ്ഞിടാനും കൊതിക്കുന്നു."

ആത്മാവിന് ആനന്ദവും നിർവൃതിയും നല്കാനുതകുന്ന ചിന്താഭാവനകൾ നല്കാൻ കീറ്റ്സിന്റെ ഉൽക്കൃഷ്ട കവിതകൾക്കു കഴിയുമായിരുന്നു. അദ്ദേഹത്തിന്റെ അകാലചരമത്തിൽ വിലപിച്ചുകൊണ്ട് പി ബി ഷെല്ലിയെഴുതിയ കവിതയാണ് *അഡോണെയ്* (*Adonais*). കാല്പനികതയുടെ സ്വർഗ്ഗീയ മണ്ഡലങ്ങളിലേക്ക് ഇംഗ്ലീഷ് കവിതയെ ഉയർത്താൻ ഈ പ്രതിഭാശാലിക്ക് കഴിഞ്ഞു. രസനാദവർണ്ണസ്പർശ ഗന്ധനിഷ്ഠങ്ങളായ ഇന്ദ്രിയാനുഭൂതി ഉണർത്തുന്ന അദ്ദേഹത്തിന്റെ കവിതകൾ ഇന്നും നമ്മിൽ സംവേദിക്കുന്നു.

The Mermaid Tavern

Souls of Poets dead and gone,
What Elysium have ye known,
Happy field or mossy cavern,
Choicer than the Mermaid Tavern?
Have ye tippled drink more fine
Than mine host's Canary wine?

Or are fruits of Paradise
Sweeter than those dainty pies
Of Venison? O generous food!
Drest as though bold Robin Hood
Would, with his Maid Marian,
Sup and bowse from horn and can.

I have heard that on a day
Mine host's sign-board flew away
Nobody knew whether, till
An astrologer's old quill
To a sheepskin gave the story-
Said he saw you in your glory

Underneath a new-old Sign
Sipping beverage divine,
And pledging with contented smack
The Mermaid in the Zodiac!

Souls of poets dead and gone,
What Elysium have ye known-
Happy field or mossy cavern-
Choicer than the Mermaid Tavern?